आपल्या स्नेहीजनांना पुस्तके भेट द्या

वेचलेली फुले

लेखक
खलिल जिब्रान

अनुवादक व विवेचक
वि. स. खांडेकर

मेहता पब्लिशिंग हाऊस

Please contact us at **Mehta Publishing House,** Pune.
Email : production@mehtapublishinghouse.com
Website : www.mehtapublishinghouse.com

THE FORERUNNER by KHALIL JIBRAN
Translated into Marathi Language by V.S. Khandekar

वेचलेली फुले / अनुवादित रूपककथा

© सुरक्षित

Email : author@mehtapublishinghouse.com

मराठी अनुवादाचे व प्रकाशनाचे हक्क मेहता पब्लिशिंग हाऊस, पुणे.

प्रकाशक : सुनील अनिल मेहता, मेहता पब्लिशिंग हाऊस,
१९४१, सदाशिव पेठ, माडीवाले कॉलनी, पुणे - ४११०३०.

मुखपृष्ठ : पल्लवी आपटे

प्रकाशनकाल : डिसेंबर, १९४८ / ऑगस्ट, १९९७ / फेब्रुवारी, २००४ / मे, २००९ / ऑगस्ट, २०१५ / पुनर्मुद्रण : फेब्रुवारी, २०१८

P Book ISBN 9788177664485
E Book ISBN 9788184988253
E Books available on : play.google.com/store/books
www.amazon.in/b?node=15513892031

मानवतेचे अमर मित्र

इसाप

व

विष्णुशर्मा

यांस

दोन शब्द

खलिल जिब्रानच्या 'The Forerunner' (अग्रदूत) या पुस्तकातल्या रूपक-कथांचा हा संग्रह 'सुवर्णकणा'च्या दुसऱ्या आवृत्तीबरोबर मी वाचकांच्या पुढे ठेवीत आहे. 'सुवर्णकण' चार वर्षांपूर्वी प्रथम प्रसिद्ध झाले. त्या वेळी वाचकवर्गाने त्याचे स्वागत फार चांगल्या रीतीने केले. अनुवाद करताना अर्थपूर्ण, पण थोडी-फार गूढ-रम्य अशी कथा केवळ न देता प्रत्येक गोष्टीला स्पष्टीकरण जोडून, ती अधिक सुगम केल्याबद्दल या चार वर्षांत अनेकांनी माझ्याजवळ आपला संतोष व्यक्त केला. माझ्या विवेचनाचे इंग्रजी भाषांतर करून त्याच्यासह या कथा परत इंग्रजीत प्रसिद्ध कराव्यात, असा वरचेवर आग्रह करणारे लोकही मला भेटले आहेत! सामान्य वाचकाला मूळ कथेचे मर्म अधिक स्पष्ट व्हावे, तिचा रसास्वाद अधिक सुलभतेने घेता यावा, बाह्यतः जी त्याला काळोखाने भरलेली गुहा भासत असेल, तिथे उज्ज्वल प्रकाशाने नटलेले सुंदर भूमिगत मंदिर आहे, याची जाणीव त्याला व्हावी, या हेतूनेच 'सुवर्णकणा'मध्ये कथेच्या खाली तिचे विवेचन करण्याची प्रथा मी सुरू केली. ही पद्धत पुष्कळांना उपकारक वाटते, याचा या संग्रहातल्या गोष्टी नियतकालिकांतून प्रसिद्ध होत असताना मी पुन्हा एकदा अनुभव घेतला. पण 'सुवर्णकणा'च्या प्रस्तावनेत माझी बाजू मी मांडली असूनही, अधूनमधून या पद्धतीवर टीका होतच असते. ती कितपत साधार आहे, हे वाचकांनी स्वतःच ठरवावे, म्हणून हे दोन शब्द मी लिहीत आहे.

विवेचन नको म्हणणाऱ्या महापंडितांचे अनेक वर्ग पडू शकतील. कुठे जिब्रान आणि कुठे खांडेकर, जिब्रानचा अर्थ सांगावा, तर तो आमच्यासारख्यांनीच, असे वाटणारांचा पहिला वर्ग. या लोकांना सूचकतेने नटलेल्या आणि क्वचित गूढतेने

गुरफटलेल्या जिब्रानच्या कथा हा तळहाताचा मळ वाटत असावा! विवेचनामुळे सूचकतेची गोडी कमी होते, असे म्हणणारांचा दुसरा वर्ग. त्यांच्या आक्षेपात तथ्य आहे; नाही, असे नाही. पण या आक्षेपकांना तरी या कथा खरोखरीच पूर्णपणे समजतात, की नाही, याविषयी मधूनमधून माझ्या मनात शंका उत्पन्न होते. कारण त्यांच्यामध्ये खऱ्या पंडितांप्रमाणे अरण्यपंडितही असण्याचा संभव आहे. या टीकाकारांचे आणखीही काही प्रकार सांगता येतील. या सर्व विद्वानांची खानेसुमारी केली, तर त्यांची संख्या फार थोडी भरेल, यात मुळीच संशय नाही. विवेचनामुळे सूचकतेचा आनंद कमी होऊन, या मूठभर लोकांचा विरस होत असला, तरी ज्यांना पूर्वी या कथांपासून फार थोडा आनंद मिळत असे, त्यांना तो वृद्धिंगत करण्याचे एक साधन अशा रसग्राहक टीकेने उपलब्ध होते, हे काही खोटे नाही. समाजात असेच लोक फार असत नाहीत काय? त्यांची रसिकता अविकसित असते. ग्रंथालयात बसून, कोश चाळून, चर्चा करून, डोके खाजवून किंवा अशाच एखाद्या अन्य मार्गाचा अवलंब करून, वाङ्मयाशी समरस होण्याइतकी सवड आणि जरूर त्यांना नसते. त्यांना सौंदर्य मोह घालू शकते. पण ते चटकन् दिसणारे हवे, झटकन् आकळता येणारे हवे! त्यांना कुठल्याही प्रकारचा नारिकेल-पाक आवडत नाही.

जिब्रानमध्ये श्रेष्ठ प्रतिभावंताचे अनेक अमोल गुण असले, तरी प्रसाद हा काही खास त्याच्या लेखनाचा प्रमुख गुण नाही. ज्याच्या कल्पकतेची भरारी मोठी आहे, जगातल्या सूक्ष्म विसंगती ज्याला तीव्रतेने जाणवतात, शारीरिक जीवनाइतकेच आत्मिक जीवन हे मानवाच्या विकासाला आवश्यक आहे, हे ज्याला पदोपदी पटते, असा कलावंत कल्पनेच्या, रूपकांच्या आणि प्रतीकांच्या द्वाराने आपल्या अनुभूती सांगू लागला, तर त्या सर्वांना सहजासहजी समजतील, अशी अपेक्षा करणे हे थोडेसे चुकीचेच नाही काय? जहाल औषधाच्या एकेका थेंबात विलक्षण सामर्थ्य असते. जिब्रानच्या कल्पनांत आणि त्याच्या आविष्कारात तशीच प्रभावी शक्ती आहे. शेकडो फुले पिळून काढलेले थेंबभर अत्तर त्याच्या इवल्याशा कथेच्या कुपीत असते. हे अत्तर उडून जाऊ नये, म्हणून की काय, या कुपीचे तोंड तो कुशलतेने बंद करतो. ते कसे उघडायचे, हेच अनेकांना कळत नाही. चुकून ते उघडलेच, तर या अत्तराचा सूक्ष्म सुगंध

परिचित नसल्यामुळे या कुपीत कुणी पाणीच भरले नाही ना, असे वाटून, त्यांना ते फेकून देण्याची इच्छाही उत्पन्न होण्याचा संभव आहे. या सर्व आपत्ती कथेचे विवेचन केल्याने थोड्या-फार टळतील, अशी खात्री वाटूनच, मी चार वर्षांपूर्वी या पद्धतीचा आश्रय केला. यात माझा पांडित्यप्रदर्शनाचा हेतू मुळीच नाही. मी कुणी मोठा कवी किंवा तत्त्वज्ञ नाही. सर्व प्रकारच्या घटपटादी खटपटींपासून मी जन्मभर अलिप्त राहिलो आहे. मी राखून ठेवलेल्या खुर्चीवरला किंवा खास निमंत्रणावरून हजर राहिलेला प्रेक्षक नाही. पिटमध्ये बसून नाटक पाहणाऱ्या हजारो लोकांपैकी एक मनुष्य आहे मी! जिब्रानच्या ज्या गोष्टी प्रथमदर्शनी मला क्लिष्ट, गूढ, अथवा दुर्बोध वाटल्या, त्या आपल्यासारख्या असंख्य वाचकांनाही तशाच वाटण्याचा संभव आहे, या कल्पनेने मी त्याच्या कथांचा अनुवाद सटीक करण्याचे ठरविले. मी सामान्यांचा प्रतिनिधी आहे. सर्वसामान्य वाचकाला जिब्रान मुळीच न कळण्यापेक्षा विवेचनामुळे त्याला त्याच्यात थोडी गोडी वाटू लागली, म्हणजे आपले श्रम सफल झाले, अशी या बाबतीत माझी पहिल्यापासून भूमिका आहे.

अशा प्रकारच्या विवेचनावर आणखी एक आक्षेप अनेकदा घेण्यात येतो. तो सत्यही आहे. विवेचन ही, काही झाले, तरी रसग्राहक किंवा मार्गदर्शक अशी टीका असते. अर्थात अशा टीकेत टीकाकाराचा वैयक्तिक दृष्टिकोन व त्याच्या आवडीनिवडी प्रतिबिंबित होणे अपरिहार्य आहे. त्याच्या ज्ञानाच्या, कल्पकतेच्या व सहानुभूतीच्या मर्यादा अशा विवेचनाला पडणारच! पण यात भिण्यासारखे अगर बुजण्यासारखे काय आहे? एखादा मल्लिनाथ शाकुंतलावर किंवा एखादा ब्रॅडले शेक्सपीअरवर जेव्हा टीका करतो, तेव्हा एका श्रेष्ठ कलावंताचे अंतरंग विशद करण्याची त्याला प्रामाणिक इच्छा असते. पण त्याच्या विवेचनात कळत, न कळत त्याचे व्यक्तित्व प्रतिबिंबित होतेच होते. कोणत्याही प्रकारच्या टीकाकाराने कितीही प्रयत्न केला, तरी त्याचे मन पाण्यासारखे राहू शकत नाही. त्याचा स्वतःचा म्हणून काही रंग त्याला असतोच. त्यामुळे कुठल्याही लेखकाच्या कृतीवर तो प्रकाश टाकू लागला, की न कळत दोन रंगांचे मिश्रण होते. दोन आत्म्यांचे संमेलन म्हणा, हवे तर, त्याला. या संमेलनामुळे मूळ लेखकाला वेळी अन्याय घडण्याचा संभव आहे, हे मला मान्य आहे. पण

तो ज्याच्याकडून घडेल, त्याची सारी धडपड त्या लेखकाला न्याय देण्याकरिता आणि त्याच्या लेखनातल्या सुप्त सौंदर्याचा आविष्कार करण्याकरिता चाललेली असते, हे आपण विसरता कामा नये.

●●●

जिब्रान हा इसापचा विसाव्या शतकातला खराखुरा वारस आहे. पण या शतकात पूर्वीचे साधेसुधे मानवी जीवन जसे गुंतागुंतीचे होऊन बसले आहे, तशी जिब्रानची कथाही इसापच्या मानाने अधिक अंतर्मुख व म्हणूनच गूढरम्य झाली आहे. असे होण्याचे आणखीही एक कारण आहे. इसापच्या प्रतिभेचा प्रकृतिधर्म मुख्यतः जीवनवादी टीकाकाराचा आहे. जिब्रानमध्ये कवी, टीकाकार व तत्त्वज्ञ या तिघांचे मिश्रण झाले आहे. या त्रिवेणी संगमामुळे त्याच्या गोष्टीची रम्यता वाढली आहे, हे कुणीही नाकबूल करणार नाही. पण त्या रम्यतेबरोबर गूढतेनेही तिथे प्रवेश केला आहे. आपल्या पूर्व वयात जिब्रानने ज्या प्रकारच्या गोष्टी लिहिल्या आहेत, तशा तो शेवटपर्यंत लिहीत राहिला असता, तर त्याच्या गोष्टीवर भाष्य करण्याची कल्पना स्वप्नात सुद्धा मला सुचली नसती. उदाहरणार्थ, त्याच्या पहिल्या गोष्टींपैकी गंभीर सामाजिक आशय असलेली ही कथा पाहा :

गुन्हेगार

रस्त्याच्या कडेला एक तरुण मनुष्य जाणाऱ्या-येणाऱ्याच्या पुढे हात पसरून बसला होता. तशी त्याची अंगकाठी चांगली होती; पण भुकेने त्याच्या शरीरावर विलक्षण अवकळा आणली होती. पोटातल्या आगीत त्याची आतडी तडफडत होती. लाजेने त्याचे अभिमानी मन खजील झाले होते. पण जाणाऱ्या-येणाऱ्याला आपल्या पराभूत जीवनाची करुण कथा सांगितल्यावाचून आणि प्रत्येकाकडे भीक मागितल्यावाचून त्याला दुसरी गतीच नव्हती.

हळूहळू रात्र पडली. त्याचे ओठ आणि जीभ सुकून गेली. पण त्याच्या पोटाप्रमाणे त्याचा हातही रिकामाच राहिला.

मोठ्या कष्टाने तो आपल्या जागेवरून उठला. शहराबाहेर जाऊन एका झाडाखाली त्याने आपले अंग टाकले. किती तरी वेळ तो मुसमुसून रडत होता. मग त्याने आपले अश्रू पुसले आणि क्षणोक्षणी आतडी कुरतडणाऱ्या पोटातल्या भुकेकडे दुर्लक्ष करून आपली गोंधळलेली नजर वर आकाशाकडे लावली. तो म्हणाला,

देवा, श्रीमंत माणसांकडे जाऊन मी काम मागितले. पण माझे फाटकेतुटके कपडे पाहून, त्यांनी मला हाकलून लावले. शाळेच्या दरवाजात जाऊन मी उभा राहिलो. मी कफल्लक असल्यामुळे तिथे ज्ञानामृताचा थेंब सुद्धा मला चाखायला मिळाला नाही. ज्यात प्रामाणिकपणाने पोटापुरती मीठभाकर मिळेल, अशा धंद्याचा मी खूप शोध केला. त्याचा काही काही उपयोग झाला नाही. देवळाच्या दारात उभा राहून मी भीक मागू लागलो. पण तिथे तुझ्या पूजेकरिता येणारे भक्त मला पाहून म्हणू लागले, 'हा चांगला धडधाकट, पण आळशी मनुष्य दिसतोय्! याला कोणी भीक घालू नका.' देवा, तुझ्याच इच्छेने मला या जगात जन्म मिळाला. पण या जगात मला राहायला जागा नाही; खायला अन्न नाही. माझे आयुष्य संपण्यापूर्वीच मला मेले पाहिजे!'

त्याची मुद्रा एकदम बदलली. तो आपल्या जागेवरून झटकन् उठला. त्याच्या डोळ्यांत आता निराळ्याच प्रकारचा निश्चय चमकत होता. तो ज्या झाडाखाली बसला होता, त्याच्या फांदीची त्याने एक जाडजूड काठी तयार केली. ती हातात घेऊन समोर पसरलेल्या शहराकडे पाहत तो मोठ्याने म्हणाला, 'मी डोळ्यांत प्राण आणून जागाला भाकरीचा तुकडा मागितला; पण मला तो कुणी दिला नाही. आता मी तो माझ्या मनगटाच्या जोरावर मिळवणार आहे. दया आणि प्रेम यांच्या नावाने मी या दुनियेत भीक मागितली; पण एकाही मनुष्याने ती मला घातली नाही. जे मला सरळ मार्गाने या जगात मिळाले नाही, ते आता मी जबरदस्तीने हिसकावून घेतल्याशिवाय राहणार नाही.'

अनेक वर्षे लोटून गेली.

एके काळी उपाशी भिकारी असलेला तो तरुण आता मोठा प्रसिद्ध दरवडेखोर झाला. माणसांना ठार मारणे हा त्याचा तळहाताचा मळ बनून गेला. आपल्याला विरोध करणाऱ्या प्रत्येकाला तो धुळीला मिळविल्यावाचून राहत नसे. कुणाला कल्पनाही करता येणार नाही, इतकी संपत्ती आता त्याच्यापाशी साठली. पैशापुढे सत्तादेखील मान वाकविते. त्याच्या बाबतीतही तसेच झाले. त्याचे साथीदार त्याला मोठा मान देत. दरवडेखोरांना त्याचा हेवा वाटे आणि सर्वसामान्य लोक त्याचे नाव निघाले, की भीतीने थरथर कापू लागत.

या सर्वांचा परिणाम त्या शहराच्या अमिरावर झाला. त्याने त्याला आपल्या हातांखालचा अधिकारी नेमले. साहजिकच त्या शहरात चोऱ्यांना कायदेशीर स्वरूप आले. जुलुमाला सत्तेचा पाठिंबा मिळाला. दीनदुबळ्यांना चिरडून टाकणे ही नित्याची गोष्ट होऊन बसली. लोक या दरवडेखोराची स्तुती करू लागले– थुंकी झेलू लागले.

मनुष्यजातीच्या स्वार्थाच्या स्पर्शाने साधीसुधी माणसे अशी गुन्हेगार बनतात. शांततेचे उपासक हिंसक होतात! मनुष्याचा लोभ हे एक विचित्र विषबीज आहे. ते एकदा पेरले, की हां हां म्हणता मोठा वृक्ष होतो आणि मग त्या वृक्षाची हजारो कडू फळे साऱ्या मानवतेला मुकाट्याने चाखावी लागतात.

●●●

तसे पाहिले, तर इसापच्या गोष्टीपेक्षाही ही कथा साधी आहे. तिचा सारा मामला उघड उघड आहे. जीवनविषयक तत्त्व सूचित करण्याकरिता इसाप बहुधा पशुपक्ष्यांचा आश्रय करतो. तसे या कथेत काही एक नाही. एका दरिद्री मनुष्याची नागडीउघडी कहाणी आहे ती! तो प्रथम जगापुढे हात पसरून भीक मागतो. जग त्याच्याकडे उद्धटपणाने पाहत आणि बेपर्वाईने हसत आपल्याच गुर्मीत पुढे चालू लागते. पाषाणहृदयी जगाला आपल्या पुढे पसरलेल्या हातातले लाजिरवाणे दैन्य सहसा दिसत नाही; पण त्याच हाताने आपली मूठ वळली, म्हणजे मात्र तिच्यातली पाशवी शक्ती तत्काळ त्याच्या प्रत्ययाला येते. जगाचा हा न्याय लक्षात येताच तो भिकारी चोर बनतो. या नव्या कलेत पारंगत होऊन लवकरच तो प्रसिद्ध दरवडेखोर

होतो. आता सारे लोक त्याला भिऊ लागतात. पूर्वी त्याच्याकडे ढुंकून न पाहणारे जग त्याचे पाय चाटू लागते.

एवढे स्पष्ट वर्णन करूनच जिब्रान या गोष्टीत थांबत नाही. इसाप आपल्या कथेच्या शेवटी जसे तात्पर्य देतो, त्याप्रमाणे गोष्ट संपताच जिब्रानही तिच्यापासून काय बोध घ्यायचा, हे वाचकांना बजावतो. तो म्हणतो,

'मनुष्यजातीच्या स्वार्थी स्वभावामुळे साधीसुधी माणसे अशी गुन्हेगार बनतात!'

कुठलाही आडपडदा न ठेवता निवेदन केलेल्या असल्या गोष्टीवर भाष्य करण्याची आवश्यकता कुणाला भासेल? पण कलादृष्ट्या कौशल्यहीन अशा या पद्धतीच्या गोष्टी जिब्रानच्या पुढच्या लिखाणात आढळत नाहीत. त्याच्या कथांतली कला पुढे मोठी सुकुमार झाली आहे. तरल कल्पकता, मधुर तात्त्विकता, नाजूक उपरोध, सूक्ष्म जीवनदर्शन, इत्यादिकांमुळे तिला निराळीच अवीट गोडी प्राप्त झाली आहे. एखादे रंगीबेरंगी फुलपाखरू भुर्रकन् डोळ्यांसमोरून उडून जावे आणि त्याच्या त्या क्षणिक दर्शनातून विश्वातल्या विविध रंगांचे सौंदर्य आपल्या अंतश्चक्षूंपुढे उभे राहावे, तसे काही तरी त्याच्या परिणत प्रतिभेने लिहिलेल्या कथा वाचून वाटते. साहजिकच त्या कथांशी सर्वसामान्य वाचकाला चटकन् समरस होता येत नाही. त्यातले कल्पनेचे नावीन्य त्याला मोहिनी घालते. पण कथेच्या आत्म्यात तो सहजासहजी प्रवेश करू शकत नाही. उदाहरणार्थ, जिब्रानची ही एक अगदी छोटी गोष्ट पाहा :

जुलूम

समुद्रकाठच्या सात गुहांवर डोळ्यांत तेल घालून पहारा करणारी राक्षसी हे गाणे नेहमी गात असते... लाटांवर स्वार होऊन माझा प्रियकर माझ्याकडे येईल. त्याच्या मेघगर्जनेसारख्या आवाजाने सारी पृथ्वी भयभीत होऊन जाईल. त्याच्या नाकपुड्यांतल्या अग्निज्वालांनी आकाशाला आग लागेल. चंद्रग्रहणादिवशी आमचे लग्न होईल आणि सूर्यग्रहणादिवशी माझ्या पोटी सेंट जॉर्ज जन्माला येईल. तो मला ठार मारील.

समुद्रकाठच्या सात गुहांचे संरक्षण करीत उभी असलेली राक्षसी

हे गीत नेहमी गात असते.

जिब्रानची कथा एवढीच आहे. तिचे नाव 'जुलूम' असे आहे. पण या नावावरून कितीशा वाचकांना तिच्यातले मर्म कळू शकेल? या कथेत उल्लेखिलेल्या राक्षसीची किंवा सेंट जॉर्जची त्याला माहिती असण्याचा संभव फार कमी. ती त्याने मोठ्या साक्षेपाने मिळविली, तरी तेवढ्यावरूनही हिचा रसास्वाद त्याला घेता येईल, असे मला वाटत नाही.

जिब्रानच्या या गोष्टीला आधारभूत असणारी मूळ कथा स्थूलमानाने अशी आहे :

सेंट जॉर्ज हा प्राचीन काळच्या इंग्लंडमधला एक तरुण वीरपुरुष होता. अंगावर चिलखत चढवून आणि हातात आपली जादूची तलवार घेऊन, साहसी कृत्ये करीत तो सर्वत्र फिरत असे.

एके दिवशी तो घोड्यावरून असाच फिरत-फिरत मूर्तिपूजकांच्या प्रदेशात गेला. तिथे त्याला एक सुंदर राजकन्या दिसली. तिच्या अंगावर वधूचा वेष होता. ती समुद्राच्या दिशेने चालली होती.

त्या ठिकाणी एक भयंकर राक्षस अग्निज्वाळा ओकीत असून, साऱ्या लोकांना त्रस्त करून सोडीत आहे, असे तिने त्याला सांगितले.

त्या राक्षसाचे भयंकर वर्णन ऐकून सेंट जॉर्ज मुळीच डगमगला नाही.

डरकाळ्या फोडीत आणि आपली विषारी शेपटी जोरजोराने आपटीत तो राक्षस समुद्राच्या बाजूने पुढे आला.

सेंट जॉर्जने आपल्या तलवारीच्या घावांनी त्याला घायाळ केले. नंतर राजकन्येला त्याने नगरातल्या मुख्य चौकाचा रस्ता दाखवायला सांगितले. तिथे त्या राक्षसाला घेऊन तो तिच्या मागून गेला. राजाच्या व सर्व लोकांच्या समक्ष त्याने त्याला यमसदनाला पाठविले.

● ● ●

या पुराणकथेचा जिब्रानने 'जुलूम' या आपल्या रूपककथेत उपयोग केला आहे. पण त्याला केवळ ही कथा जशीच्या तशी सांगायची नव्हती. त्याला जे सांगायचे आहे, ते सर्वस्वी निराळे आहे. त्याच्या कल्पनेच्या आत्म्याला एक शरीर हवे होते.

ते या कथेच्या सांगाड्यातून त्याने मिळविले. त्यात त्याने जरूर ते बदलही केले. आपल्याकडे खाडिलकरांनी पौराणिक कथांत असेच फेरफार करून आपली नाट्यरचना केली आहे. यात गैर असे काहीच नाही. मात्र जिब्रानच्या आशयाची यथार्थ कल्पना आल्याशिवाय केवळ मूळ गोष्टीच्या ज्ञानाने या रूपक-कथेचे रसग्रहण कुणालाही करता येणार नाही. वर दिलेल्या पुराणकथेत एक दुष्ट राक्षस आहे व त्याला मारणारा सेंट जॉर्ज हा सत्पक्षाचा कैवारी असलेला शूर तरुण मनुष्य आहे. पण जिब्रानच्या कथेत राक्षसाच्या जोडीला राक्षसी आली आहे. या विचित्र जोडप्याच्या प्रेमविवाहाला चंद्रग्रहणासारखा मुहूर्त हवा, असे लेखक कटाक्षाने म्हणतो. मूळ कथेत राक्षसाशी सेंट जॉर्जचे काहीच नाते नाही; पण या गोष्टीत तो या दांपत्याच्या पोटी जन्माला येतो. सूर्यग्रहणाच्या मुहूर्तावर या बालकाचा जन्म होतो, असे जिब्रान मुद्दाम सांगतो. या साऱ्या फेरफारांत आणि कथेच्या नव्या गुंफणीत जिब्रानला जे काही सांगायचे आहे, ते सूचित झाले आहे. पण त्याचे दर्शन ज्याला सहजासहजी होऊ शकेल, त्यालाच या गोष्टीतला रस चाखता येईल.

क्रांती केव्हा, कुठे व कशी जन्माला येते, हे सांगण्याकरिता जिब्रानने एक जुनी पौराणिक कथा घेऊन, तिला इथे नवे रूप दिले आहे. बहुजनसमाजाची गुलामी मनोवृत्ती ही क्रांतीची आई आहे. या गोष्टीतल्या राक्षसीच्या रूपाने जिब्रानने ती चित्रित केली आहे. ती समुद्रकाठच्या सात गुहांवर एकसारखा पहारा करीत असते. या सात गुहा म्हणजे माणसाचे सात आत्मे होत. ही सात आत्म्यांची कल्पना जिब्रानमध्ये वारंवार आढळते. गुलामगिरीची वृत्ती माणसाच्या आत्म्याचा विकास होऊ देत नाही, हे सूचित करण्याकरिता त्याने हे वर्णन केले आहे. समुद्रावरून गर्जना करीत आणि अग्निज्वाळा ओकीत येणारा राक्षस म्हणजे जुलूम होय. सत्ता, स्वार्थ, संपत्ती, इत्यादिकांनी धुंद झालेली माणसे जगावर नेहमी क्रूरपणाने अधिराज्य चालवू इच्छितात. त्यांच्या कोशात दंड हा एकच शब्द असतो. दयेला त्यात कधीच जागा मिळत नाही. दीनदुबळ्यांचे आणि दलितगलितांचे रक्त ही त्यांच्या दृष्टीने मोठी मधुर रुची असलेली मदिरा असते. सत्ताधाऱ्यांचा जुलूम आणि जनतेची गुलामी मनोवृत्ती यांची युती म्हणजेच या

रूपक-कथेतले राक्षस आणि राक्षसी यांचे लग्न होय! ते चंद्रग्रहणादिवशी होते, हे सांगून ही अमंगळ युती जगातल्या साऱ्या सौंदर्याचा नाश करणारी आहे हे जिब्रान सुचवितो. लोकांची गुलामी मनोवृत्ती आणि सत्ताधाऱ्यांचा जुलूम यांचा असा भयानक जोडा जमला, की जीवनात जिकडेतिकडे अंधार पसरतो. सज्जनांचा अनन्वित छळ होऊ लागतो. सामान्यांना सुखाने जगणे अशक्य होऊन जाते. शेवटी या असह्यतेतूनच बंडखोर वीर निर्माण होतात. असले हीन दीन लाजिरवाणे जिणे जगण्यापेक्षा स्वातंत्र्याकरिता मरून जाणे बरे, असे त्यांना वाटू लागते. जनतेच्या सुप्त शक्ती जागृत होतात. त्या उफाळून वर येतात. गुलामी मनोवृत्तीच्या पोटीच तिला मारून टाकणारी क्रांती जन्माला येते.

●●●

२

या छोट्या कथेचा मी वर दिलेला अर्थ जिब्रानच्या मूळच्या सर्व कल्पनांशी पूर्णपणे सुसंगत असेल, असे म्हणण्याचे धाडस मी करीत नाही. कलाकृती निर्माण करताना निर्मात्याच्या मनात जी रूपके किंवा प्रतीके तरळत असतात, ज्या वातावरणाचे धुंद तरंग त्याच्या डोळ्यांपुढे हेलावत असतात, शब्दाशब्दांतून अर्थपूर्णतेच्या ज्या सुंदर छटा त्याला जाणवत असतात, त्या सर्वांचे जसेच्या तसे दर्शन वाचकाला होणे थोडेसे कठीणच आहे. रसिकतेलाही रसिकाच्या बुद्धीची, ज्ञानाची, कल्पकतेची, भावनेच्या विकासाची, स्थलकालांची आणि असल्या असंख्य गोष्टींची मर्यादा आहेच की! त्यामुळे कुठल्याही कलाकृतीच्या सौंदर्याचे स्पष्टीकरण करणाऱ्या दोन प्रामाणिक रसिकांचा सुद्धा थोडा-फार मतभेद होणे अपरिहार्य आहे.

फार पूर्वी 'प' या टोपणनावाने माधवराव पटवर्धनांनी 'प्रगति' साप्ताहिकात काही आधुनिक कवितांची रसग्रहणे लिहिली होती. ती वाचताना हा अनुभव मला तीव्रतेने येई. विवेचनाकरिता त्यांनी निवडलेल्या कविता मी पूर्वीच अनेकदा वाचल्या असल्यामुळे माझ्या मनात स्थिर झालेली त्यांची चित्रे, त्यांच्या वाचनाने माझ्या हृदयात उद्भवणारे भावनातरंग, इत्यादी गोष्टी जशाच्या तशा माधवरावांच्या

रसग्रहणात मला कधीच आढळत नसत. काही काही ठिकाणी तर त्यांचा माझा मोठा मतभेद होत आहे, असे मला वाटे. असे असूनही त्यांचे ते लेख मी मोठ्या आवडीने वाचीत असे. पूर्वी अनेकवार वाचलेल्या कवितांतले काही नवे सौंदर्य ते वाचकाच्या प्रत्ययाला आणून देत. त्यामुळे त्याच्या रसिकतेला उजाळा मिळे. ललित वाङ्मयाच्या प्रत्येक क्षेत्रात असे विवेचन झाले, तर सर्वसामान्य वाचकाची रसिकता नुसती वृद्धिंगतच होणार नाही, तर ती डोळसही होईल, असे तेव्हापासून मला वाटत आले आहे. आजही माझे तेच मत कायम आहे.

जिब्रानच्या कथांची मी केलेली विवेचने प्रसंगी सदोष असतील, अनेकदा ती शालजोडीला लावलेल्या ठिगळासारखी भासतील; पण तो दोष माझ्या अज्ञानाचा आणि अरसिकतेचा आहे. सर्वसामान्य वाचकाला विवेचन अधिक रसज्ञ करते, या माझ्या विधानाला त्यामुळे बाध यायचे काही कारण नाही.

● ● ●

३

ज्यांत विचारांची, अनुभूतीची आणि जीवनदर्शनाची गुंतागुंत नाही, अशी जिब्रानची दोन प्रकरणे मी खाली देत आहे. पहिल्याला मी छोटेसे विवेचन जोडले आहे. दुसरे तसेच आहे. ती वाचूनही विवेचनाच्या बाबतीत वाचकांना आपले मत ठरविता येईल.

पक्षी

माझ्या अंतरात्म्यातून एक पक्षी बाहेर पडला आणि उडत-उडत आकाशात जाऊ लागला.

तो जसजसा अधिक उंच गेला, तसतशी त्याची आकृती मला अधिक मोठी दिसू लागली.

प्रथमतः तो एखाद्या पाकोळीएवढा दिसत होता. मग तो चंडोलासारखा भासू लागला. नंतर त्याचा आकार गरुडाएवढा झाला. लगेच तो वसंतऋतूतल्या मेघखंडासारखा दिसू लागला. थोड्याच वेळात त्याने तारामंडळाने नटलेले सर्व आकाश व्यापून टाकले.

माझ्या हृदयातून एक पक्षी उडत-उडत आकाशात गेला. उडता-उडता त्याचा आकार मोठा झाला. पण माझ्यापासून दूर दूर जात असूनही तो माझ्या अंतःकरणात होताच!

माझ्या हृदयांतल्या हे श्रद्धे, तू अंतराळात उंच उंच जातेस आणि आकाशाच्या विशाल पटावर रेखलेले मानवाच्या महान आत्म्याचे चित्र पाहतेस. इतके उंच जाण्याची आणि ते अलौकिक चित्र पाहण्याची शक्ती मी कुठून आणू? हे श्रद्धे, माझ्या अंतरंगातल्या सागराचे धुक्यात रूपांतर करून अनंत अवकाशात तुझ्याबरोबर विहार करण्याचे सामर्थ्य मला कुठे मिळेल?

देवळात बंदिवान होऊन पडलेल्या कैद्याला त्याचे सोनेरी कळस दिसू शकतील का?

फळातली बी त्याची साल होण्याइतकी मोठी कशी होऊ शकेल?

हे माझ्या हृदयातल्या मंगल देवते, या काळ्या-पांढऱ्या गजांच्या आड मी शृंखलाबद्ध होऊन पडलो आहे. मी तुझ्याबरोबर कसा येऊ? उंच उंच भराऱ्या कशा मारू?

पण एक गोष्ट मात्र सत्य आहे. तू आकाशात कितीही वर वर आणि माझ्यापासून कितीही दूर दूर गेलीस, तरी माझ्या हृदयातून तू बाहेर पडतेस. माझे अंतःकरण हेच तुझे निवासस्थान आहे. आणि हेही काही लहानसहान भाग्य नाही. तेवढ्यावरही मी संतुष्ट राहीन!

● ● ●

(श्रद्धा ही जीवनातली फार मोठी शक्ती आहे. कारण श्रद्धा हे प्रीतीचेच विशाल रूप आहे. प्रीती ही चिमणीसारखी असते. आपले छोटे घरटे निर्मल, उबदार व नीटनेटके ठेवण्यात आणि आपल्या पिलांना सांभाळण्यात ती गुंग होऊन जाते. उलट, श्रद्धा ही चंडोल पक्ष्यासारखी आहे. चंडोलाचे घरटे पृथ्वीवर असले, तरी प्रातःकाल होताच गात, गात, प्रकाशाचे स्वागत करीत, तो उंच उंच जात असतो. श्रद्धेची ही विशालता जेव्हा पराकोटीला पोचते, तेव्हा या चंडोलाचे गरुडात रूपांतर होते. मग स्वर्गातले अमृत पृथ्वीवर आणण्याच्या ईर्ष्येने ती श्रद्धा संचार करू लागते. तिच्या पंखांत अद्भुत शक्ती निर्माण होते. सामान्य मनुष्याला या विशाल आणि अलौकिक श्रद्धेचे

दर्शन होत नसले, तरी तिचे अस्तित्व त्यालाही जाणवत असते. स्वार्थात गुरफटलेल्या, शारीरिक सुखाला लालचावलेल्या आणि नेहमीच सपाट भूमीवरून सरपटणाऱ्या त्याच्या मनालाही मधूनमधून दिव्य भास होत असतात. तो अंधारकोठडीत कोंडलेला कैदी असला, तरी त्या कोठडीच्या झरोक्यातून आत येणाऱ्या प्रकाशाची मनोमन पूजा केल्याशिवाय त्याला चैनच पडत नाही. या पूजेनेच त्याला नवे सामर्थ्य प्राप्त होते.

मात्र श्रद्धेचे अंधश्रद्धेत अतिशय लवकर रूपांतर होण्याचा संभव असतो. आणि अंधश्रद्धेने जगात आजपर्यंत अनेक अनर्थ केले आहेत, हे काही खोटे नाही. पण अश्रद्धा अंधश्रद्धेइतकीच भयावह असते. म्हणून सॅम्युएल बटलरसारख्या मूर्तिभंजक ग्रंथकाराने सुद्धा श्रद्धेविषयी खालील उद्गार काढले आहेत,

'श्रद्धेच्या बळावर मनुष्य विशेष कार्य करू शकेल, असे नाही. पण श्रद्धेवाचून त्याला काहीच करता येणार नाही.'

बटलरची ही उक्ती लक्षात घेतली, म्हणजे आजच्या मानवतेपुढला खरा प्रश्न श्रद्धेचे निर्मूलन हा नसून, तिचे विकसन आणि संस्करण हाच आहे, हे कुणीही कबूल करील.)

या एकांतापलीकडे

माझ्या या एकटेपणापेक्षा उच्चतर असे एकांतजीवन आहे. तिथे विहार करणाऱ्या आत्म्याला माझा हा एकांतवास माणसांनी गजबजलेल्या बाजारासारखा वाटत असेल. माझे मौन हे त्याला निरनिराळ्या आवाजांच्या मिश्रणामुळे उत्पन्न होणाऱ्या कोलाहलासारखे भासत असेल.

त्या उच्च जीवनात प्रवेश करायला मी अपात्र आहे. माझे मन चंचल आहे. ते अजून अपरिपक्व आहे. या खालच्या दरीतले विविध मधुर स्वर अजून माझ्या कानांत रेंगाळत आहेत. तिथल्या सावल्या अद्यापि माझी वाट अडवीत आहेत. अशा स्थितीत माझे पाऊल पुढे कसे पडणार?

या टेकड्यांपलीकडे एक मन मोहून टाकणारी राई आहे. तिथे निवास करणाऱ्या आत्म्याला माझी शांती वावटळीसारखी वाटत असेल. माझा आनंद हा त्याच्या दृष्टीने निव्वळ आभास असेल.

त्या पवित्र राईत पाऊल टाकायला मी अपात्र आहे. माझे मन अजून उच्छृंखल आहे. ते अजून अविकसित आहे. अद्यापि रक्ताची

रुची माझ्या जिभेवर रेंगाळत आहे. माझ्या वाडवडिलांचे धनुष्यबाण अजूनही माझ्या हातांत कायम आहेत. अशा स्थितीत मला पुढे कसे जाता येईल?

अनेक ओझ्यांनी भारावलेल्या या आत्म्यापलीकडे माझा मुक्त आत्मा आहे. माझी सारी स्वप्ने त्याला संधिप्रकाशात चाललेल्या लढाईसारखी वाटत असतील. माझ्या साऱ्या इच्छांत आणि आकांक्षात त्याला नुसत्या हाडांची धडपड आणि खडखड ऐकू येत असेल. माझे मन अजून अवखळ आहे. ते बंदिवान आहे. त्या मुक्त आत्म्याच्या प्रदेशात जायला ते असमर्थ आहे.

ओझ्यांनी भारावलेले माझे हे आत्मे मी स्वतः मारून टाकल्याशिवाय माझ्या मुक्त आत्म्याचे दर्शन मला कसे होईल?

माझी मुळे अंधारात सुकत राहिल्याशिवाय माझी पाने वायुलहरीवर गात-गात कशी उडू शकतील?

माझ्यातला गरुड सूर्याच्या रोखाने आकाशात उंच उडू शकत नाही. स्वतःच्या चोचीने आपल्या पिलांकरिता त्याने एक घरटे बांधले आहे. ते सोडून ती पिले निघून जातील, तेव्हाच त्याच्या अंगी हे नवे चैतन्य निर्माण होईल.

●●●

४

जिब्रानच्या कथांप्रमाणे त्याच्या काव्यातही अलंकारप्रचुर भाषा, गूढ अनुभूतीचा आविष्कार, इत्यादी त्याचे विशेष आढळतात. पण विवेचनावाचूनही त्यांचे मर्म वाचकाला चांगले कळू शकेल, असे मला वाटते. याचे कारण एकच आहे. काव्यात कुठलीही एक भावना उत्कटतेने आळवलेली असते. उलट, कथेत जीवनाच्या विविधतेतून निर्माण झालेल्या चिंतनाचा व त्याच्या निष्कर्षाचा काव्यमय आविष्कार असतो. 'प्रीती' व 'मृत्यू' या विषयांवरच्या जिब्रानच्या दोन कवितांचा गद्य अनुवाद मी खाली देत आहे. त्याच्या कथा किंवा गद्यकाव्ये यांपेक्षा त्यात कमी गूढता आहे, असा वाचकांनाही अनुभव येईल, असे मला वाटते.

प्रीती

ज्या झऱ्यावर सिंह पाणी प्यायला येतो, तिथेच कोल्हा आणि चिचुंद्री हीही पाणी पितात, असे लोक म्हणतात.

गरुड आणि गिधाड हे दोघेही एकाच प्रेतामध्ये आपल्या चोची खुपसतात आणि त्या प्रेतासमोर गुण्यागोविंदाने एकमेकांशी वागतात, असेही ते म्हणतात.

हे प्रीतिदेवते! माझ्या सर्व इच्छांचा लगाम तुझ्या हातांत आहे. तुझ्या प्रभावाने माझी भूक आणि तहान यांचे स्वरूप संपूर्णपणे पालटले आहे. त्यांना आपल्या श्रेष्ठत्वाची जाणीव झाली आहे. माझ्या दुबळ्या आत्म्याला मोह घालणारी भाकरी खाण्याची किंवा दारू पिण्याची चूक माझ्यातल्या स्थिर आणि समर्थ आत्म्याच्या हातून कधीही न होवो. तू आपल्या हाताने जो पेला भरलेला नाहीस, तो स्वीकारण्यापूर्वी किंवा ज्याला तुझा आशीर्वाद मिळालेला नाही, अशा अन्नाच्या घासाला स्पर्श करण्याकरिता मी माझा हात पुढे करण्यापूर्वी मला मृत्यू येऊ दे! तहानेने माझे अंतःकरण सुकून जाऊ दे; पण माझा अधःपात होऊ देऊ नको!

गिधाड आणि आसन्नमरण मनुष्य

माझ्या उतावळ्या मित्रा, थांब, अजून थोडा वेळ थांब! आता फार वेळ मी तुला तिष्ठत ठेवणार नाही. झिजून झिजून क्षीण झालेले माझे हे शरीर मी लवकरच तुझ्या हवाली करीन. या देहाच्या दीर्घ काळ चाललेल्या निष्फळ वेदना तुझ्या सहनशीलतेचा अंत पाहत आहेत, हे मला कळत नाही, असे नाही. तुझी भूक खरी आहे, ती तीव्र आहे, याची मला जाणीव आहे. इतका वेळ तुला वाट पाहायला लावण्याची माझी इच्छा नव्हती. पण काय करू? ही शृंखला— एका श्वासाची ही शृंखला— ती तुटायला मोठी कठीण आहे, रे! पुष्पाहूनही दुर्बळ असलेली जगण्याची इच्छा पर्वताहूनही दृढतर असलेल्या मरणाच्या इच्छेला अजून अडवीत आहे.

माझ्या मित्रा, मला क्षमा कर. माझ्याकडून फार विलंब होत आहे, हे मला मान्य आहे. माझी जीव कशात गुंतून राहिला आहे, सांगू? हे पाहा,

स्मृतीचे पाश त्याला मागे ओढीत आहेत. कालसागरात कधीच बुडून नाहीशा झालेल्या त्या दूरदूरच्या दिवसांची ही सुंदर मालिका माझ्या डोळ्यांपुढून जात आहे. स्वप्नतरंगांवर गुंगत घालविलेल्या यौवनाचे हे दृश्य माझ्या दृष्टीपुढे तरळत आहे. मिटू नका, म्हणून माझ्या पापण्यांची आर्जवे करणारा एक चेहरा, माझ्या कानांत रुणझुणत राहणारा एक आवाज, आपल्या स्पर्शाने शरीराला गोड शिरशिरी आणणारा एक हात, हे सारे सारे मला दिसत आहे.

मित्रा, फार वेळ तुला मी तिष्ठत ठेवले. क्षमा कर मला! संपले. हे सर्व संपले... सारे अंधूक झाले... तो चेहरा... तो आवाज... तो हात... आणि त्या सर्वांना तरंगत घेऊन येणारे ते धुके-सारे सारे विरून गेले.

गाठ सुटली... दोरी तुटली... ज्याचा अन्नपाण्याशी काहीही संबंध नाही, असा शरीरातला अपार्थिव भाग आता त्याचा निरोप घेऊन चालला आहे.

माझ्या भुकेल्या मित्रा, ये, जवळ ये! जेवणाची सर्व तयारी झाली आहे. बेत काही मोठा थाटामाटाचा नाही. तो अगदी साधासुधा आहे. पण मोठ्या प्रेमाने मी हे अन्न तुझ्यापुढे ठेवले आहे. ये, प्रिय मित्रा, जवळ ये— माझ्या डाव्या बाजूत अशी चोच खुपस. तिथल्या चिमण्या पाखराला आपल्या पिंजऱ्यातून ओढून बाहेर काढ. आता त्याचे पंख कधीच फडफड करणार नाहीत. तुझ्याबरोबर त्याने आकाशात उंच उंच उडावे, अशी माझी इच्छा आहे. ये, माझ्या मित्रा, ये! आज रात्री मी तुझा यजमान आहे. तू माझा पाहुणा आहेस. मी मोठ्या आनंदाने तुझे स्वागत करतो.

'The Forerunner' या पुस्तकातल्या जिब्रानच्या अठरा कथा या संग्रहात मी दिल्या आहेत. या कथांशिवाय त्याची जी काही इतर प्रकरणे आहेत, ती ओघाओघाने वर आलीच आहेत. पाच वर्षांपूर्वीपेक्षा अधिक आस्थेने जिब्रान आता आपल्याकडे वाचला जाऊ लागला आहे. निरनिराळे लेखक त्याच्या विविध लेखनाचे अनुवाद करीत आहेत. जिब्रानविषयीच्या भक्तीची ही उचंबळलेली लाट पाहून तिकडे काही

समाजहितचिंतकांना तिच्यात जीवनविमुख आध्यात्मिकतेचा भास होत आहे, तर इकडे त्याचे काही भक्त महाकवी, तत्त्ववेत्ता, मानवजातीला शांतीचा खराखुरा मार्ग दाखविणारा द्रष्टा, इत्यादी विशेषणांनी त्याला भूषवीत आहेत.

जिब्रानच्या व्यक्तित्वाचे आणि वाङ्मयाचे मूल्यमापन करण्याइतका या दोन्ही गोष्टींचा मराठी वाचकांना अजून परिचय झालेला नाही. अशा स्थितीत त्याच्याविषयी वाद माजविणारांना वाङ्मयाच्या प्रेमापेक्षा वितंडवादाचीच हौस अधिक आहे, असे म्हणावे लागेल. मी त्याचा चाहता झालो, तो काही मला मोठी आध्यात्मिक तहान लागली होती आणि ती लेबेनॉनच्या पर्वतांतून उगम पावणाऱ्या आणि तुषारांच्या मौक्तिकमाळांनी अलंकृत झालेल्या या झऱ्यावर ती मला शांत करायला मिळाली, म्हणून नव्हे! कथाकार जिब्रानचा मी चाहता आहे. त्याच्या छोट्या छोट्या गोष्टी वाचताना जीवनातल्या सर्व विसंगती पूर्णपणे ठाऊक असूनही, त्याच्यावर उत्कट प्रेम करणाऱ्या, आपल्या कल्पकतापूर्ण उपरोधाने ढोंग, जुलूम, असत्य, अन्याय, यांचे हिडीस स्वरूप स्पष्ट करून दाखविणाऱ्या आणि जगातले मांगल्य वृद्धिंगत व्हावे, म्हणून मनापासून तळमळणाऱ्या एक थोर आत्म्याचे मला दर्शन झाले. अशा प्रकारच्या आत्म्याच्या सहवासात आपण न कळत अंतर्मुख होतो. स्वतःकडे परक्याच्या दृष्टीने पाहू लागतो. आपल्या डोळ्यांवरली स्वार्थ, दंभ, क्षणिक उपभोग, इत्यादिकांची झापड गळून पडते. स्थलकालांच्या आणि शरीरांच्या मर्यादा ओलांडून आपण जीवनाकडे पाहू शकतो. या आत्म्याच्या सान्निध्यात, घटकाभर का होईना, आपण अधिक उन्नत, अधिक मंगल, आणि अधिक विशाल अशा एका जगात वावरू लागतो. वाचकाच्या मनावर असे संस्कार करणे हे सत्साहित्याचे एक प्रमुख लक्षण आहे. जिब्रानच्या या छोट्या कथांत साहित्याचा हा अतिशय मोठा गुण फार सुंदर रीतीने प्रगट झाला आहे. माझ्याप्रमाणे या कथांच्या वाचकांनाही हा अनुभव येईल, असा मला विश्वास वाटतो.

वि. स. खांडेकर

शाहुपुरी, कोल्हापूर
१८-१०-४८

अनुक्रमणिका

१ स्वप्नाळू / १

२ शृंखला / ५

३ दुसरा समुद्र / ९

४ नवा राक्षस / ११

५ राजाज्ञा / १३

६ साधू / १५

७ राजसंन्यास / १८

८ दोन गरुड आणि एक कोकरू / २२

९ टीकाकार / २५

१० आत्मदर्शन / २८

११ चार बेडूक / ३१

१२ पवनचक्की / ३४

१३ वंशवृक्ष / ३६

१४ चार कवी / ३९

१५ कागद आणि शाई / ४२

१६ पंडित आणि कवी / ४४

१७ पुतळा / ४७

१८ शेवटचा प्रहर / ४९

१

स्वप्नाळू

वाळवंटात राहणारा एक स्वप्नाळू मनुष्य एके दिवशी विशाल अशा शरिया नगरीत आला. अंगावरचे वस्त्र आणि हातातली काठी यांच्याशिवाय त्याच्यापाशी दुसरी कुठलीही वस्तू नव्हती.

अपूर्व सौंदर्याने नटलेल्या त्या नगरीतल्या मार्गांवरून जात असताना त्याचे मन भीतियुक्त आदराने भरून गेले. त्याची दृष्टी पदोपदी आश्चर्याने फुलू लागली. ती देवालये, ते बुरूज, ते राजवाडे...

मधून-मधून रस्त्याने जाणाऱ्या-येणाऱ्या माणसांशी त्याने बोलण्याचा प्रयत्न केला. त्या अलौकिक सुंदर शहराविषयी तो त्यांना माहिती विचारू लागला; पण त्यांना त्याची भाषा कळेना. त्याला त्यांच्या बोलण्याचा अर्थबोध होईना.

दुपार झाली. एका भव्य इमारतीपुढे तो थांबला. पिवळसर संगमरवरी पाषाणांचे मंदिर होते ते! त्या मंदिरात माणसांची एकसारखी ये-जा सुरू होती. तिथे प्रवेश करण्याला कुणालाही प्रतिबंध नव्हता.

त्या मंदिराकडे पाहत तो स्वप्नाळू मनुष्य स्वतःशीच उद्गारला,

'खास देऊळच असलं पाहिजे हे!'

तोही त्या मंदिरात शिरला.

आत पाऊल टाकताच तिथले दृश्य पाहून तो चकित होऊन गेला. अतिशय सुंदर आणि सुशोभित अशा दिवाणखान्यात अनेक मेजे मांडली होती. त्यांभोवती असंख्य स्त्री-पुरुष बसले होते. ती सारी मंडळी खाण्या-पिण्यांत गर्क होऊन गेली होती. विविध वाद्ये वाजवून वादक त्या स्त्री-पुरुषांचे मनोरंजन करीत होते.

तो पुटपुटला,

'छे! ही प्रार्थनेची किंवा उपासनेची जागा दिसत नाही. कसल्या तरी मंगल प्रसंगाच्या निमित्ताने इथल्या राजपुत्राने बड्या लोकांना दिलेली मेजवानी दिसते ही!'

इतक्यात एक मनुष्य त्याच्याजवळ मोठ्या अदबीने आला. तो राजपुत्राचा नोकर असावा, असे त्याला वाटले. त्याला त्या नोकराने भोजनाला बसण्याची विनंती केली. लगेच त्याच्यापुढे मद्य, मांस आणि मोठी उत्कृष्ट मेवामिठाई ठेवण्यात आली.

सर्व पदार्थ पोटभर खाल्ल्यावर तो स्वप्नाळू मनुष्य बाहेर जाण्याकरिता उठला; पण दरवाजापाशी झकपक पोशाख केलेल्या एका धिप्पाड माणसाने त्याला अडविले.

तो मनात म्हणाला,

'हा राजपुत्र असावा!'

समारंभाचा यजमान म्हणून त्याने त्याला नमस्कार केला आणि आपल्या भाषेत त्याचे आभार मानले.

तो धष्टपुष्ट मनुष्य स्वतःच्या भाषेत म्हणाला,

'तुम्ही आपल्या जेवणाचे पैसे दिले नाहीत. ते चुकते केल्याशिवाय तुम्हांला येथून जाता येणार नाही.'

तो काय म्हणत आहे, हे त्याला काही केल्या समजेना. तो आपल्या भाषेत पुनः पुन्हा त्याचे आभार मानू लागला.

आता कुठे दारावरल्या त्या लठ्ठ मनुष्याच्या मनात एक शंका आली.

त्याने त्या स्वप्नाळू माणसाकडे निरखून पाहिले. अंगावर फक्त एक भिकार चिरगूट असलेला हा कुणी तरी परका मनुष्य आहे आणि जेवणाचे पैसे द्यायला याच्याजवळ फुटकी कवडी सुद्धा नाही, हे त्याच्या लक्षात येऊन चुकले.

लगेच त्याने टाळी वाजवून कुणाला तरी हाका मारल्या. नगरातले चार रक्षक एकदम धावून आले. त्या धिप्पाड मनुष्याचे म्हणणे त्यांनी ऐकून घेतले आणि एका बाजूला दोघांनी व दुसऱ्या बाजूला दोघांनी असे धरून ते त्याला घेऊन चालू लागले.

त्यांच्या अंगांवर दरबारी पोशाख आहे, हे त्या स्वप्नाळू मनुष्याच्या ध्यानात आले. त्यांची शिस्तही त्याला आवडली. तो त्यांच्याकडे पाहून मोठ्या आनंदाने मनात म्हणाला,

'या शहरातली मोठी प्रतिष्ठित माणसं दिसतात ही!'

ते सर्वजण मिळून न्यायमंदिरात आले.

त्या परक्या मनुष्याने समोर पाहिले.

एका सिंहासनावर एक भव्य पुरुष बसला होता. त्याची ती छातीवर रुळणारी दाढी आणि त्याने परिधान केलेला तो रुबाबदार झगा पाहून हा राजाच असला

पाहिजे, अशी त्याची खात्री झाली. राजदर्शनाकरिता आपल्याला इथे आणले आहे, असे वाटून तो हर्षभरित होऊन गेला.

रक्षकांनी न्यायाधीशाला या नवख्या मनुष्याचा गुन्हा सांगितला.

न्यायाधीशाने फिर्यादीतर्फे एक व आरोपीच्या बाजूने एक असे दोन वकील नेमले. ते दोघे एकामागून एक आपल्या जागेवरून उठले आणि त्यांनी आपापले मुद्दे मांडण्याकरिता लांबलचक वक्तव्ये केली.

आपल्या स्वागताकरिता चाललेली ही स्तुतिपर भाषणे आहेत, असे वाटून राजा आणि राजपुत्र यांनी केलेल्या या सत्काराबद्दल त्या स्वप्नाळू मनुष्याचे अंतःकरण कृतज्ञतेने भरून आले.

त्याला शिक्षा झाली. त्याच्या गळ्यात त्याचा गुन्हा लिहिलेली एक पाटी अडकवून शहरातून उघड्या घोड्यावरून त्याची धिंड काढण्यात यावी, अशी न्यायाधीशांनी आज्ञा केली. लगेच तिची अंमलबजावणी करण्यात आली.

पुढे एक तुतारीवाला व एक ढोलकीवाला आणि मागे उघड्या घोड्यावर तो स्वप्नाळू मनुष्य अशी मिरवणूक सुरू झाली.

तुतारी आणि ढोल यांचे आवाज ऐकताच शहरातले सारे नागरिक काय चालले आहे, हे पाहण्याकरिता जमले. हा देखावा पाहताच ते सारे पोट धरधरून हसू लागले. पोरांची टोळकी रस्त्यांतून त्याच्या घोड्यामागून धावू लागली. त्याचे मन आनंदाने भरून गेले. त्याचे डोळे समाधानाने चमकू लागले. आपल्या गळ्यातली पाटी ही राजाने आपल्याला दिलेली पदवी आहे आणि या पदवीदानाच्या प्रदर्शनाकरिता गावातून आपली मिरवणूक चालली आहे, असे त्याला एकसारखे वाटत होते.

तो घोड्यावरून जात असताना भोवतालच्या गर्दीत त्याला एक ओळखीचा चेहरा दिसला. तो वाळवंटात राहणारा दुसरा एक मनुष्य होता. त्याला पाहून त्या स्वप्नाळू माणसाचा आनंद गगनात मावेना. तो मोठ्याने त्याला ओरडून म्हणाला,

''मित्रा, आपण कुठं आहोत? मनुष्य फक्त स्वप्नांतच जिच्यात विहार करू शकेल, अशा या सुंदर नगरीचं नाव काय? इथली माणसं किती उदार आहेत! नाही? अनोळखी पाहुण्याला देखील ती मोठ्या प्रेमानं राजवाड्यात आपल्या पंक्तीला बसवितात. इथले राजपुत्र सोबतीसाठी त्याच्याबरोबर गावात सर्वत्र फिरतात. इथला राजा आपल्या प्रेमाची खूण म्हणून त्याच्या गळ्यात एक सुंदर पदवी बांधतो आणि स्वर्गालाही लाजवील, अशा समारंभानं नगरातून त्याची मिरवणूक काढतो!''

वाळवंटातून आलेल्या त्या दुसऱ्या मनुष्याने हे सारे ऐकले; पण तो चकार

शब्द सुद्धा बोलला नाही. त्याने फक्त क्षणभर स्मित केले आणि आपली मान नकारार्थी हलविली.

इतक्यात मिरवणूक पुढे चालू लागली. त्या स्वप्नाळू माणसाच्या चेहऱ्यावरून उल्हास नुसता ओसंडत होता. त्याच्या डोळ्यांत विलक्षण तेज चमकत होते.

◆ ◆ ◆

निसर्गाने मानवी जीवनाला दिलेल्या शापांचा अनुक्रम लावायचा झाला, तर त्यात स्वप्नाळूपणाला बरेच वरचे स्थान द्यावे लागेल. या एका वैगुण्यातून मानवतेची अनंत दुःखे निर्माण झाली आहेत. उन्हाकडे रंगीत काचेतून पाहणाराला त्याचे स्वरूप सौम्य दिसावे आणि ते चांदण्यासारखे शीतल आहे, म्हणून त्याने जगाला सांगत सुटावे ना? तसा स्वप्नाळू मनुष्य या जगात वावरत असतो. तो प्रीतीला अमरपद बहाल करून, तिची पूजा करू लागतो. प्रत्येक मनुष्याच्या अंतःकरणात देव आहे, अशा समजुतीने कुणाच्याही मांडीवर डोके ठेवून तो निर्भयपणे झोपी जातो. आयुष्याच्या प्याल्यात विष आणि अमृत ही कमी-अधिक प्रमाणात नेहमीच मिसळलेली असतात, याची जाणीव करून घ्यायला त्याचे मन सहसा तयार होत नाही!

पण मनुष्य म्हणजे सत्य किंवा असत्य, दया आणि क्रौर्य, उदात्तपणा आणि क्षुद्रपणा, देवत्व आणि पशुत्व या परस्परविरोधी गोष्टींचा विलक्षण संकर आहे. या सत्याचा जो स्वतःला विसर पडू देत नाही, तोच जीवनाचे वास्तव स्वरूप जाणून जगाला मार्गदर्शन करू शकतो. बाकीचे सर्व– मग ते कवी असोत, संत असोत, ध्येयवादी असोत अथवा अन्य श्रेष्ठ लोक असोत, नकळत स्वप्नाळूपणाने जशी स्वतःची वंचना करून घेतात, तशी ते आपल्यामागून आंधळेपणाने येणाऱ्या हजारो जीवांचीही फसवणूक करतात.

◆

२

शृंखला

सिंहासनावर झोपलेल्या एका म्हाताऱ्या राणीला वारा घालीत चार गुलाम उभे होते. ती राणी घोरत होती. तिच्या मांडीवर 'घुर्र घुर्र' करीत मोठ्या आरामात पडलेले एक मांजर त्या गुलामांच्याकडे आळसावलेल्या नजरेने पाहत होते.

पहिला गुलाम म्हणाला,

'ही झोपलेली थेरडी किती भयंकर कुरूप दिसतेय्. तिचं हे लोंबणारं तोंड पाहा. जणू काही एखादा ब्रह्मसमंध हिचा गळा दाबीत आहे, असं हिच्या श्वासावरून वाटतं!'

मांजर 'घुर्र घुर्र' करीत बोलले,

'तुम्ही चालत-बोलते गुलाम जितके ओंगळ दिसता, तितकी काही ही म्हातारी कुरूप नाही.'

दुसरा गुलाम उद्गारला,

'झोपेत हिच्या तोंडावरल्या सुरकुत्या मावळून जायला हव्या होत्या; पण त्या तर अधिकच स्पष्ट दिसताहेत. तिला कसलं तरी भयंकर स्वप्न पडत असलं पाहिजे.'

मांजर घुरघुरले,

'हिच्या सारखीच तुम्हांला झोप लागेल आणि तुम्हांला आपल्या स्वातंत्र्याची स्वप्नं पडू लागतील, तर काय बहार होईल!'

तिसरा गुलाम म्हणाला,

'कदाचित हिनं क्रूरपणे ठार मारलेले सर्व लोक स्वप्नात क्रमाक्रमाने हिच्या डोळ्यांपुढून जात असतील.'

मांजर 'घुर्र घुर्र' करीत बोलले,

'तुमच्या पूर्वजांचे आणि वंशजांचे थवेच्या थवे तिच्या डोळ्यांपुढून जात आहेत.'

चौथा गुलाम उद्‌गारला,

'हिच्याविषयी अशा गप्पागोष्टी करणं सोपं आहे; पण इथं एकसारखं उभं राहून तिला वारा घालण्यानं आपल्याला येणारा शीण काही त्या गप्पांनी कमी होत नाही.'

मांजर घुरघुरले,

'तुम्ही सदासर्वदा कुणाला न कुणाला तरी वारा घालीतच राहणार. अगदी मेल्यावर सुद्धा! या बाबतीत स्वर्ग काही पृथ्वीहून निराळा नाही. तिथंही राजे आहेतच.'

याच क्षणी त्या म्हाताऱ्या राणीने पेंगत पेंगत एक मोठी डुलकी घेतली. तिचा मुगुट डळमळला आणि खाली जमिनीवर पडला.

पहिला गुलाम घाबरून उद्‌गारला,

'मोठा अपशकुन आहे हा!'

मांजर घुर्र घुर्र करीत म्हणाले,

'एकाचा अपशकुन हा दुसऱ्याचा शकुन होऊ शकतो.'

दुसरा म्हणाला,

'ही बया जागी झाली आणि आपला मुगुट खाली पडला आहे, असं तिनं पाहिलं, तर ती तत्काळ आपल्या चौघांचा प्राण घेईल!'

मांजर घुरघुरले,

'तुमच्या जन्मापासून प्रत्येक दिवशी ती तुमचा जीव घेत आली आहे. तुम्हा शेळपटांना ते अजून कळत मात्र नाही.'

तिसरा गुलाम बोलला,

'आपला मुगुट जमिनीवर पडला आहे, हे तिनं पाहिलं, तर ती आम्हांला नुसती ठार मारणार नाही. मुगुट खाली पडल्यामुळं क्रुद्ध झालेल्या देवता संतुष्ट करण्याकरिता मी हे बलिदान केलं, असं ती साऱ्या जगाला सांगत सुटेल.'

मांजर 'घुर्र घुर्र' करीत म्हणाले,

'या जगात फक्त दुर्बळच देवांना बळी जातात!'

चौथ्या गुलामाने इतरांना गप्प बसविले आणि त्याने तो मुगुट हळूच निद्रित राणीच्या मस्तकावर ठेवला.

मांजर घुर्र घुर्र करीत म्हणाले,

'फक्त गुलामच धुळीत पडलेला मुगुट पुन्हा उचलून तो आपल्या मालकाच्या मस्तकावर ठेवीत असतात!'

थोड्या वेळाने ती म्हातारी राणी जागी झाली. इकडे तिकडे पाहून तिने एक

मोठी जांभई दिली. नंतर ती म्हणाली,

'एक चमत्कारिक स्वप्न पडत होते मला! त्या स्वप्नात एका जुनाट झाडाच्या बुंध्याभोवती एक विंचू चार सुरवंटांचा पाठलाग करीत आहे, असं मला दिसलं. किती विचित्र होतं ते स्वप्न!'

डोळे मिटून ती पुन्हा झोपी गेली. लवकरच ती घोरू लागली.

ते चार गुलाम तिला पुन्हा वारा घालू लागले.

मांजर घुर्र घुर्र करीत म्हणाले,

'मूर्खांनो! राहा, असेच वारा घालीत जन्मभर उभे राहा! या वाऱ्यानं आपली राखरांगोळी करणाऱ्या अग्नीच्या ज्वाळाच आपण फुलवीत आहो, हे तुम्हांला कधी कळणार?'

◆

जगात गुलामगिरी कशी नांदत राहते, याचे जिब्रानने केलेले हे वर्णन मोठे मार्मिक आणि मर्मभेदक आहे. दुर्बळांचे मुख्य शत्रू त्यांच्यावर सत्ता गाजविणारे सबळ नसतात, तर त्यांचे खरे वैरी ते स्वतःच असतात. राखेच्या ढिगाऱ्याखाली निखारे विझून जावेत, त्याप्रमाणे गुलामांची मने गुलामगिरीतच मरून जातात. पुढे पुढे तर आपल्या शृंखलांचा अलंकार म्हणून ते अभिमान बाळगू लागतात. या गोष्टीतले मांजर क्षणाक्षणाला गुलामांच्या स्वाभिमानाला डिवचण्याचा प्रयत्न करीत असते; पण झोपलेल्या राणीविषयी थोडेसे तुच्छतेने बोलण्यापलीकडे त्या बिचाऱ्यांची मजलच जाऊ शकत नाही! राणीच्या मस्तकावरून मुगुट खाली पडतो, तेव्हा गुलामांना तो मोठा अपशकुन वाटतो. तो अपशकुन असलाच, तर राणीला; आपल्याला नव्हे, हे सुद्धा त्या हतभाग्यांच्या लक्षात येत नाही. 'एकाचा अपशकुन हा दुसऱ्याचा शकुन होऊ शकतो', हे मांजराचे वाक्य किती अर्थपूर्ण आहे! पण तो अर्थ जाणण्याची ताकद जनावराप्रमाणे जगणाऱ्या आणि त्या जीवनातच आनंद मानणाऱ्या दासांच्या अंगी कुठून असणार? 'फक्त गुलामच धुळीत पडलेला मुगुट पुन्हा उचलून तो आपल्या जुलमी मालकाच्या मस्तकावर ठेवीत असतात' या मांजराच्या एका वाक्यात तर क्रांतीच्या स्फोटाला लागणारी सर्व दारू साठविलेली आहे; पण त्या दारूचा भडका उडवून देणारी ठिणगी ज्यांच्या अंतःकरणात नसते, त्यांना तिचा काय उपयोग होणार?

जुलमी राजाची सिंहासने फक्त सैन्याच्या आधारावर टिकून

राहत नाहीत. साम्राज्यवादाच्या महत्त्वाकांक्षा केवळ शस्त्रास्त्रांमुळे जगावर राज्य करीत नाहीत. कुबेर होऊ पाहणाऱ्या लोभी धनिकांच्या ऐश्वर्याचे पर्वत आपल्या प्रचंडपणामुळे काही गोरगरिबांच्या छाताडावर मिरवीत राहात नाहीत. या सर्वांचा– किंबहुना जगातल्या कुठल्याही अन्यायाचा, जुलमाचा आणि विषमतेचा– मुख्य आधार एकच असतो, तो म्हणजे त्यांना बळी पडणाऱ्या माणसांचा दुबळेपणा– त्यांच्या आत्म्याचा अधःपात. शरीराच्या गुलामगिरीतून मनाची गुलामगिरी हां हां म्हणता निर्माण होते. या शेणमेण होऊन गेलेल्या मनांमुळेच माणसे धर्मातल्या दंभापुढे माना वाकवितात, राजदंडाच्या जुलमांपुढे गुडघे टेकतात आणि लक्ष्मीचा चंचलपणा व चवचालपणा पूर्णपणे ठाऊक असूनही कुत्र्याप्रमाणे तिचे पाय चाटीत राहतात!

कुठल्याही गुलामांच्या पायांतल्या शृंखला केवळ शारीरिक सामर्थ्याने तुटत नाहीत. त्या सामर्थ्याला आत्मिक शक्तीचा आधार लागतोच लागतो.

◆

३

दुसरा समुद्र

एक मासा दुसऱ्या माशाला म्हणाला,

'आपल्या या समुद्राच्या वर दुसरा एक समुद्र आहे. त्या समुद्रातही पोहणारे प्राणी आहेत. आपण जसे इथे राहतो, तसेच ते तिथं राहतात.'

दुसरा मासा त्याला म्हणाला,

'तुझी ही निव्वळ कल्पना आहे, बाबा! आपल्या या समुद्राबाहेर कुणी जरी अगदी बोटभर गेला आणि तिथंच राहण्याचा प्रयत्न करू लागला, तर तो तत्काळ मरतो, हे तुला ठाऊक आहे ना? मग या वरच्या समुद्रात दुसरे प्राणी राहतात, हे तुझे म्हणणे आम्ही खरे कसे मानायचे? तुझ्या या गप्पांना काय आधार आहे?'

◆

जगातल्या अनेक दुःखांचा उगम मनुष्याच्या कल्पनाशक्तीच्या खुरटेपणात आहे, असे म्हटले, तर ते फारसे चुकीचे होणार नाही. पंख न फुटलेल्या पिलाने घरट्यालाच आकाश मानावे, तशी माणसे आयुष्यात हरघडी व्यक्तिनिष्ठ दृष्टीने वागत असलेली दिसतात. कल्पना ही केवढी प्रेरक व प्रभावी शक्ती आहे, याची त्यांना जाणीवच नसते; पण आइनस्टाइन म्हणतो, 'ज्ञानापेक्षा कल्पनेचंच महत्त्व जीवनात अधिक आहे.' 'कल्पनाशक्ती हे नीतिप्रसाराचे अमोघ साधन आहे,' असे जे शेलेने उद्‌गार काढले आहेत, ते अत्यंत अर्थपूर्ण आहेत.

मनुष्याला मनुष्य म्हणून आज जे मोल आले आहे, ते त्याच्या कल्पकतेमुळेच. मानवी जीवनाच्या विकासासाठी धडपडणारे कवी, संत, शास्त्रज्ञ आणि धर्मसंस्थापक यांची चरित्रे पाहिली, तर त्यांची

कल्पनाशक्ती अत्यंत तरल व उज्ज्वल होती, असेच दिसून येईल. राजपुत्र सिद्धार्थाला जगातल्या दुःखांचा क्षणभर सुद्धा प्रत्यक्ष अनुभव येऊ नये, असा त्याच्या पित्याने कडेकोट बंदोबस्त केला होता; पण एके दिवशी रस्त्याने जाता-जाता सहजासहजी जी दृश्ये सिद्धार्थाला दिसली, त्यांतले दुःख कल्पनेने त्याला तत्काळ प्रचीत करून दिले. त्याचे विशाल आणि कोमल मन त्या जाणिवेने कळवळून गेले आणि मानवी जीवनातल्या दुःखांचा परिहार करण्याचा मार्ग शोधण्याकरता तो भिक्षू होऊन राजवाड्याबाहेर पडला.

शास्त्रज्ञांनी मानवजातीची जी विविध सेवा केली आहे, तिचा उगमही असाच कल्पनेच्या स्वच्छंद, पण उदात्त क्रीडेतच आहे. कल्पनाशक्तीच्या अभावामुळे अनेक माणसे आत्म्याची कुरुपता आणि समाजातील विषमता जाणायला असमर्थ ठरतात. इतरांवर होणारे जुलूम आणि अन्याय यांची चित्रे त्यांना आपल्या डोळ्यांपुढे उभी करताच येत नाहीत. त्यामुळे स्वाभाविकच ही माणसे सहानुभूतिशून्य बनतात. सहानुभूती ही सुधारणेची जननी आहे; पण तिचा स्पर्श न झाल्यामुळे माणसांमध्ये परंपरेला चिकटून राहण्याची, चाकोरीबाहेर न जाण्याची आणि आपल्या आवाक्याबाहेरच्या प्रत्येक गोष्टीविषयी अश्रद्ध असण्याची प्रवृत्ती स्थिर होते. या गोष्टीतला दुसरा मासा हा अशा लोकांचा एक नमुना आहे.

◆

४

नवा राक्षस

असाच भटकता-भटकता मी एकदा एका बेटावर गेलो. तिथे माणसाचे डोके, पण पोलादी पाय असलेला एक राक्षस मला दिसला. तो एकसारखा पृथ्वीच्या पोटातून निर्माण होणारा प्रत्येक पदार्थ अधाशीपणाने आपल्या घशात ढकलत होता आणि घटाघट समुद्राचे पाणी पीत होता.

किती तरी वेळ मी त्याच्याकडे पाहत उभा होतो.

शेवटी मी त्याच्याजवळ गेलो आणि त्याला म्हणालो,

'तुला आपलं पोट भरल्याचं समाधान अजून एकदाही मिळालं नाही काय? तुझी भूक आणि तहान ही कधीच तृप्त होत नाहीत काय?'

त्याने उत्तर दिले,

'माझं पोट भरलंय, माझं समाधान झालंय्! इतकेच नव्हे, तर या अखंड खाण्या-पिण्याचा मला अगदी कंटाळा आला आहे; पण मला नेहमी एक भीती वाटते– आज मी स्वस्थ बसलो, तर कदाचित उद्या मला खायला पृथ्वीवर एक पदार्थही शिल्लक उरणार नाही. मला प्यायला समुद्रात पाण्याचा थेंबही राहणार नाही.'

◆

अंधपणाने अमर्याद धनसंचय करणाऱ्या आणि त्या पैशांच्या साहाय्याने जगावर सत्ता गाजवू पाहणाऱ्या आधुनिक पुंजीपतींवरले जिब्रानचे हे रूपक मोठे सूचक आहे. मस्तकावर सुवर्णमुगुट मिरवीत हे लोक मानवतेने मोठ्या कष्टाने जीवनाच्या पूजेकरता गोळा केलेली फुले आपल्या पोलादी टाचांखाली अहर्निश चिरडून टाकीत असतात. लोभ हाच त्यांचा परमेश्वर बनलेला असतो; आणि सर्वांत गमतीची गोष्ट ही, की जो जो मनुष्य श्रीमंत होत जातो, तो तो त्याचा लोभ

अधिकच वाढत जातो. तृप्ती हा शब्दच पुंजीपतींच्या कोशात असू शकत नाही. प्राचीन भारतीय संस्कृतीत मनुष्याच्या विकासाच्या आड येणारे सहा शत्रू मानले असून, त्यांत कामवृत्तीला अग्रस्थान दिले आहे, पण आजच्या जगाकडे पाहिल्यावर मानवतेचा, मानवधर्माचा आणि मानवी आत्म्याचा सर्वांत मोठा शत्रू लोभच आहे, हे कोणीही नाकबूल करणार नाही.

◆

५

राजाज्ञा

एकदा एका शहरातले सर्व प्रतिष्ठित नागरिक आपल्या राजाला भेटायला गेले. राजधानीतल्या माणसांनी कोणत्याही प्रकारचे मद्य अथवा मादक द्रव्य वापरू नये, असा महाराजांनी कायदा करावा, ही आपली इच्छा त्यांनी अत्यंत नम्र शब्दांत त्याच्यापुढे प्रगट केली.

राजा एक शब्दही बोलला नाही. त्यांच्याकडे पाठ फिरवून खो खो हसत तो तिथून निघून गेला. ते बिचारे सभ्य नागरिक विस्मयचकित होऊन परत जायला निघाले.

राजवाड्याच्या दरवाजापाशी त्यांना राजाचा खासगी कारभारी भेटला. राजाच्या वर्तनामुळे हे सर्व लोक गोंधळून गेले आहेत, हे त्याच्या लक्षात आले. त्यांची सर्व हकीकत ऐकून घेऊन तो म्हणाला,

'मित्रहो, तुम्ही भलत्या वेळी राजेसाहेबांची मुलाखत घेतलीत. सरकार स्वारी पिऊन तर्रर असताना तुम्ही आपला मद्यबंदीचा विनंती-अर्ज घेऊन गेला असता, तर तो तत्काळ मंजूर झाला असता.'

◆

कल्पकतेइतकाच उपरोध हा जिब्रानच्या प्रतिभेचा प्रभावी विशेष आहे. केवळ स्वैर कल्पनेचा मोहक विलास अथवा स्वच्छंद भावनांचे सुंदर नर्तन ज्यांच्या काव्य-कथांत आढळते, अशा प्रतिभावंतांपेक्षा त्याच्या लिखाणात जी दाहक वास्तवता आढळते, तिचे श्रेय या विशेषालाच दिले पाहिजे.

त्याच्या या शक्तीचा विलास दाखविणारी अशीच दुसरी एक 'पश्चात्ताप' नावाची छोटी गोष्ट पाहा :

एका काळोख्या रात्री एक मनुष्य आपल्या शेजाऱ्याच्या बागेत हळूच शिरला आणि तिथले सर्वांत मोठे कलिंगड त्याने चोरून

आपल्या घरी आणले. त्याने ते लगेच फोडले. ते पिकलेले नाही, असे त्याला दिसताच एक मोठा चमत्कार घडून आला. त्या मनुष्याची सदसद्विवेकबुद्धी एकदम जागृत झाली. ते कलिंगड चोरून आणण्यात आपण केवढी मोठी चूक केली, हे लक्षात येऊन, त्याचे मन पश्चात्तापाने जळू लागले.

असल्या गोष्टींतला जिब्रानचा उपरोध इतका स्पष्ट असतो, की त्यावर काही भाष्य करण्याची जरूरीच नाही.

◆

६

साधू

मी तरुण असताना एका साधूच्या दर्शनाला गेलो. डोंगरापलिकडल्या प्रशांत वनराईत तो राहत होता. सद्गुण कशाला म्हणावे, यासंबंधाने आमची दोघांची चर्चा सुरू असतानाच एक थकल्या-भागल्या चेहऱ्याचा दरोडेखोर मोठ्या कष्टाने लंगडत लंगडत तिथे आला. साधूजवळ येताच गुडघे टेकून आणि हात जोडून तो म्हणाला,

'हे सत्पुरुषा, मी तुला शरण आलो आहे. माझ्या मनाला शांती मिळेल, या आशेने मी तुझ्याकडे धाव घेतली आहे. माझ्या पापांचा भार मला असह्य झाला आहे.'

साधूने उत्तर दिले,

'मित्रा, माझी स्थिती तुझ्यासारखीच आहे. माझ्या डोक्यावरही पापांचा डोंगर आहे.'

दरोडेखोर म्हणाला,

'पण, महाराज, मी चोर आहे. लुटारू आहे.'

साधू हसून उद्गारला,

'मीही चोर आहे. लुटारू आहे.'

त्याच्याकडे आश्चर्याने पाहत दरोडेखोर म्हणाला, 'पण मी खुनी आहे, महाराज! माझ्या हातून मरण पावलेल्या माणसांच्या सूडाच्या इच्छा माझ्या कानांत मोठमोठ्याने आक्रोश करीत आहेत.'

साधू उत्तरला,

'मित्रा, माझाच अनुभव तू बोलून दाखविलास की!'

विस्फारलेल्या डोळ्यांनी साधूकडे पाहत दरोडेखोर म्हणाला,

'माझ्या हातून किती गुन्हे झाले आहेत, याची गणती सुद्धा करता येणार नाही.'

साधूने स्मित करीत उत्तर दिले, 'या बाबतीत मी तर तुझा सख्खा

भाऊ शोभेन.'

तो दरोडेखोर उठून उभा राहिला. क्षणभर त्याने त्या साधूकडे टक लावून पाहिले. त्याच्या शून्य निस्तेज दृष्टीत आता कसल्या तरी नव्या तेजाचा संचार झाला. साधूला वंदन करून तो निघून गेला, तेव्हा तो लंगडत नव्हता, कष्टाने चालत नव्हता. एखाद्या कोकराप्रमाणे पट्पट् उड्या मारीत तो डोंगर उतरून गेला.

मी साधूकडे वळून प्रश्न केला, 'हातून कधीही न घडलेले गुन्हे आपण केले, असं तुम्ही त्या दरोडेखोराला का सांगितलंत? तुमच्या या बोलण्यानं त्याची तुमच्यावरली श्रद्धा पार उडून गेली, हे तुमच्या लक्षात आलं नाही काय?'

साधूने उत्तर दिले,

'त्याची आता माझ्यावर श्रद्धा उरलेली नाही, हे मला कबूल आहे; पण तो आला होता, तेव्हा स्वतःच्या जीवनाविषयी निराश होता. आता त्याच्या मनात त्याच्याविषयी नवी आशा निर्माण झाली आहे.'

त्याच वेळी दरोडेखोराच्या गाण्याचे सूर लांबून आम्हांला ऐकू येऊ लागले. त्याच्या गाण्याच्या प्रतिध्वनीने ती दरी आनंदाने भरून गेली.

◆

पावित्र्यावरल्या पोकळ प्रवचनांनी पतिताचा उद्धार कधीच होत नाही. हातून घडलेल्या पापांनी त्याचा आत्मा झाकळून टाकलेला असतो. आपण काही चांगले करू शकू, असा त्याला विश्वासच वाटत नाही. तो विश्वास त्याच्यामध्ये निर्माण करण्यानेच त्याचे जीवन सुधारण्याचा संभव असतो.

पापे आणि पापी माणसे यांच्याविषयी सामान्य लोक बाह्यतः तिरस्कार दाखवितात; पण जी पापे ऐकताच, ते कानांवर हात ठेवतात, ती स्वतःच्या हातून झाली, म्हणून त्यांना मुळीच वाईट वाटत नाही. फक्त ती या कानाची त्या कानाला कळू नयेत, एवढीच यांची इच्छा असते. म्हणूनच एका व्यभिचारिणीला दगडा-धोंड्यांनी ठेचून ठार मारायला प्रवृत्त झालेल्या प्रक्षुब्ध जनसंमर्दाला 'ज्याच्या हातून कधी पाप घडले नसेल, त्यानेच हिच्यावर पहिला धोंडा मारावा', असे ख्रिस्ताने सांगताच त्या अभागिनीच्या शरीरावर एकही दगड येऊन पडला नाही. 'इतरांची पापे आपल्या डोळ्यांना दिसतात, आपली स्वतःची पापे आपल्या पाठीमागे लपलेली असतात,' हे सेनेकाचे वाक्यही या दृष्टीने लक्षात ठेवण्याजोगे आहे.

पाप ही मानवी मनाची एक प्रकारची शक्तीच असते; पण ती

अयोग्य मार्गाने प्रगट होत असते. ज्यांना आपण गुन्हेगार मानतो, त्यांच्यापैकी बहुतेकांची पापे अज्ञानातून, दारिद्र्यातून, विषमतेतून किंवा अशाच प्रकारच्या सामाजिक दोषांतून निर्माण झालेली असतात. म्हणून पापी मनुष्याला तिरस्काराने दूर लोटणे हा सामाजिक गुन्हा आहे. त्याला प्रेमपूर्वक आपल्या बरोबरीचा मानून आणि त्याचा आत्मविश्वास जागृत करूनच त्याची सुधारणा होऊ शकेल.

◆

७

राजसंन्यास

एके काळी विशाल देशाचा राजा असलेला एक तरुण मनुष्य डोंगराळ प्रदेशातल्या एका अरण्यात एकांतवासात राहत आहे, असे मी ऐकले. स्वेच्छेने सिंहासनाचा त्याग करून आणि आपल्या वैभवशाली कर्मभूमीचा मोठ्या आनंदाने निरोप घेऊन तो अरण्यात राहायला गेला होता.

माझ्या मनात आले– जो राजपदाचा मोठ्या लीलेने त्याग करतो, त्याचे मन त्या राज्यापेक्षा खचित मोठे असले पाहिजे. अशा पुरुषाला शोधून काढून त्याचे जीवनरहस्य आपण अवश्य जाणून घ्यायला हवे.

तो ज्या अरण्यात राहत आहे, असे मी ऐकले होते, तिथे त्याच दिवशी मी गेलो, तो संन्यासी एका सुरूच्या झाडाखाली बसला होता. त्याच्या हातातली बाबूंची काठी राजदंडाप्रमाणे दिसत होती. एखाद्या राजाला अभिवादन करावे, त्याप्रमाणे मी त्याला मोठ्या आदराने वंदन केले.

माझ्याकडे वळून तो मृदू स्वरात म्हणाला,

'या शांत, निवांत अरण्यात तू का आला आहेस? रानावनांतल्या या हिरव्यागार छायांत तू आपल्या हरपलेल्या श्रेयाचा शोध करीत आहेस, की संध्याकाळ झाली, म्हणजे घरी परतण्याची माणसाला जी एक अनिवार ओढ लागते, तिनं प्रेरित होऊन तू या अरण्यात प्रवेश केला आहेस?'

मी उत्तरलो,

'महाराज, मी केवळ आपल्या दर्शनाकरिता आलो आहे. राजधानीतले सिंहासन सोडून अरण्यातल्या तृणासनाचा आपण का स्वीकार केला, हे जाणून घेण्याची मला फार फार इच्छा आहे.'

तो हसत उद्गारला,

'ती तर एक मामुली गोष्ट आहे. माझ्या मनाला मोहिनी घालणाऱ्या मायेचा

बुडबुडा एके दिवशी क्षणार्धात फुटला. हे कसे घडले, ते तुला सांगतो' :

'एके दिवशी मी राजवाड्यातल्या एका खिडकीत हवा खात बसलो होतो. माझा खासगी कारभारी आणि दुसऱ्या देशातून आलेला एक राजदूत खालच्या बागेतून गप्पागोष्टी करीत चालले होते. मी बसलो होतो, त्या खिडकीखाली ते आले, तेव्हा खासगी कारभारी स्वतःविषयी बोलत होता. तो म्हणाला, 'अहो, तसं पाहिलं तर राजेसाहेबांत आणि माझ्यात असं काय मोठं अंतर आहे? त्यांच्याप्रमाणे मीही कडक आणि उंची मद्यांचा मोठा भोक्ता आहे. कुठल्याही प्रकारचा जुगार त्यांच्याइतकाच मलाही आवडतो. आम्हां दोघांत आणखी एक मोठं साम्य आहे. राजाप्रमाणं मीही मोठा संतापी मनुष्य आहे.' ते शब्द माझ्या कानी पडतात, न पडतात, तोच ते दोघे पुढच्या वृक्षराजीत अदृश्य झाले. थोड्या वेळाने ते दोघे परत आहे. खासगी कारभाऱ्याची स्वारी आता माझ्याविषयी बोलू लागली होती. तो म्हणत होता : 'राजा थेट माझ्या वळणावर गेलाय् हं! माझ्यासारखाच तो मोठा बाका तीरंदाज आहे. माझ्याप्रमाणे त्यालाही संगीत फार आवडतं. अहो! अधिक काय सांगू? दिवसातून तीन वेळा स्नान केल्याशिवाय मला चैन पडत नाही ना? त्याचंही तसंच आहे.'

क्षणभर थांबून तो संन्यासी पुढे म्हणाला,

'त्याच दिवशी संध्याकाळी फक्त अंगावरले वस्त्र तेवढे बरोबर घेऊन मी कुणालाही न सांगता राजवाड्यातून बाहेर पडलो. गुण आणि दुर्गुण यांच्यांत माझ्यापेक्षा काडीचाही फरक नसलेल्या माणसांचा मालक म्हणून मिरविण्यात मला आनंद वाटेना!'

मी त्या संन्याशाला म्हणालो,

'मोठी नवलाची गोष्ट आहे ही! केवळ हे उद्गार कानांवर पडल्यामुळे तुम्ही अफाट राजवैभवाचा त्याग केलात, हे अनेकांना खरं सुद्धा वाटणार नाही.'

तो उत्तरला,

'मित्रा, यात आश्चर्य वाटण्यासारखं खरोखरच काही नाही. एखादी अद्भुत कथा आपल्या कानांवर पडेल, अशा अपेक्षेनं तू इथं आला असशील. तुझी ती अपेक्षा तृप्त झाली नाही, म्हणून तुला ही घटना मोठी लोकविलक्षण वाटत असेल. मला मात्र जे घडलं, ते अत्यंत स्वाभाविक वाटतं. विविध ऋतूंचे मोहक नृत्य आणि मधुर संगीत यांनी अखंड नटलेल्या या अरण्यात आयुष्य घालविण्याकरिता राज्याचा त्याग कोण करणार नाही? निर्जन निवासातला मूक आनंद, इथं स्वतःची स्वतःला मिळणारी गोड सोबत या गोष्टी कोलाहलानं भरलेल्या बाहेरच्या जगात फार दुर्मीळ आहेत. या मानानं फार लहान अशा लाभासाठी सुद्धा

आजपर्यंत कैक लोकांनी राज्यत्याग केला आहे. पृथ्वीवरली सर्व रहस्यं कळावीत, म्हणून आपलं उत्तुंग स्थान सोडून खाली येणारे आणि चिचुंद्र्यांच्या सहवासात रमणारे गरुड जगात अनेक आहेत, हे खरे! पण शाश्वत आणि निःस्वप्न अशा परतत्त्वाच्या स्पर्शासाठी सर्व सुंदर; पण भंगुर स्वप्नांकडे पाठ फिरवणारी माणसंही या पृथ्वीवर अगणित आहेत. जगाला नग्न सत्य आणि अनावृत सौंदर्य पाहण्याची लाज वाटू नये, म्हणून आपल्या निःसंगपणाचा त्याग करणारे पुरुषही इथं आढळतात. या सर्वांपेक्षा श्रेष्ठ अशी व्यक्तीही मधून मधून आपल्या दृष्टीला पडते. आपल्या अहंकारचं एवढं सुद्धा प्रदर्शन होऊ नये, म्हणून त्यानं दुःखाच्या भावनेचा सुद्धा त्याग केलेला असतो.'

एवढे बोलून तो उठला आणि आपल्या हातातल्या बांबूच्या काठीवर किंचित रेलून म्हणाला,

'आता तू राजधानीत परत जा. वेशीपाशी उभा राहा. नगरात प्रवेश करणाऱ्या व त्यातून बाहेर पडणाऱ्या सर्व लोकांचं तू निरीक्षण कर. जन्मतः राजा असूनही ज्याची टीचभर जमिनीवर सुद्धा मालकी नाही, शरीरावर दुसऱ्याची सत्ता असली, तरी जो आपल्या आत्मशक्तीने इतरांवर अधिकार चालवीत आहे आणि जो बाह्यतः सत्ताधीस भासला, तरी खरोखर स्वतःच्या दासांचा दास आहे, अशी तिन्ही प्रकारची माणसं तू त्या जनसमूहातून शोधून काढ.'

त्याचे बोलणे संपले. तो माझ्याकडे पाहून हसला. त्याच्या ओठांवर हजारो उषःकालांची शोभा सम्मीलित झाली आहे, असा मला भास झाला.

लगेच त्याने माझ्याकडे पाठ फिरविली आणि तो अरण्यातल्या गर्द झाडीत निघून गेला.

मी नगराकडे परत आलो. त्याच्या उपदेशाप्रमाणे वेशीपाशी उभा राहून मी जाणाऱ्या-येणाऱ्या प्रत्येक माणसाकडे निरखून पाहू लागलो. त्या दिवसापासून या क्षणापर्यंत माझ्या अंगावरून ज्या असंख्य सावल्या आल्या आणि गेल्या, त्यांत तिसऱ्या प्रकारच्या माणसांच्या छायाच फार आहेत.

◆

संन्यास– मग त्याचे बाह्यस्वरूप कोणतेही असो– हा जिवंत मनाचा, जागृत हृदयाचा, बंडखोर आत्म्याचा धर्म आहे, हे जिब्रानने या कथेत सूचित केलेले सत्य त्रिकालाबाधित आहे. जगातली बहुतेक माणसे केवळ शरीराने जगत असतात. शरीर हे निसर्गतः भोगप्रिय असल्यामुळे सत्ता, संपत्ती, कीर्ती, कामुकता, इत्यादिकांच्या विविध पाशांत ते चट्कन गुरफटले जाते आणि मग मधात पडलेल्या

माशीसारखी माणसाची स्थिती होते. भोग भोगून मनुष्य कधीच तृप्त होत नाही. भोगांत सारी माणसे सारखीच असतात. माणसाचे मोठेपण त्याच्या त्यागावरून कळते; भोगावरून नाही. महाभारतातल्या ययातिराजाने अगदी गलितगात्र होऊन गेल्यावरही पुत्रापासून उसने तारुण्य घेऊन उपभोगतृप्तीचा जो प्रयत्न केला, तो या अंध भोगलालसेमुळेच– शरीराच्या लाजिरवाण्या गुलामगिरीमुळेच! जगात पैशाला, सत्तेला, ऐश्वर्याला आणि राजपदाला जो अवास्तव मान मिळतो आणि जे कृत्रिम महत्त्व प्राप्त होते, ते मनुष्याच्या मनाच्या या दुबळेपणामुळे– त्याच्या शरीराच्या अंध आसक्तींमुळे.

पण ज्यांची मने जिवंत असतात व जगता-जगता अधिक सबळ होत जातात, ती माणसे शरीराच्या गुलामगिरीत कुजत पडत नाहीत. त्यांचे जागृत झालेले आत्मे आसक्तीच्या शृंखला तोडून मुक्त होण्याकरिता अहर्निश धडपडत असतात. जिब्रानच्या या तात्त्विक कथेतला राजा हा असाच एक मुक्त आत्मा आहे. संत, तत्त्वज्ञ आणि कलावंत हेही अंशतः मुक्त असे आत्मे असतात. म्हणूनच बाह्यतः सत्ताहीन असूनही ते जगावर अधिकार चालवू शकतात. पण असले मुक्तात्मे संसारात सामान्यतः दुर्मीळ असतात. जे आत्मे बाह्यतः स्वतंत्र भासतात, ते सुद्धा या नाही त्या अदृश्य पार्थिव पाशाने बद्ध होऊन जागच्या जागी तडफडत बसतात. आत्म्याची ही गुलामगिरी हे मानवी जीवनातल्या दुःखांचे एक प्रमुख कारण आहे.

◆

८

दोन गरुड आणि एक कोकरू

एकदा एका कुरणात एक शेळी आपल्या कोकराला घेऊन मोठ्या आनंदाने चरत होती. वर उंचावर आभाळात एक गरुड घिरट्या घालत अधाशी नजरेने त्या कोवळ्या कोकराकडे पाहत होता. तो आता खाली उतरून त्याच्यावर झडप घालणार, इतक्यात दुसरा गरुड तिथे उपस्थित झाला. बुभुक्षित दृष्टीने त्या कोकराकडे पाहत तोही आकाशात घिरट्या घालू लागला.

थोड्याच वेळात हे दोघे प्रतिस्पर्धी एकमेकांवर तुटून पडले. त्यांच्या भयंकर कर्णकर्कश चीत्कारांनी सारे वातावरण भरून गेले.

शेळीने दचकून वर पाहिले.

आकाशातले दृश्य पाहून तिला मोठे आश्चर्य वाटले.

ती कोकराकडे वळून म्हणाली,

'लाडक्या, या दोन पक्ष्यांनी एकमेकांवर असं तुटून पडावे, हे किती चमत्कारिक आहे. हे विशाल आकाश या दोघांना सहज पुरण्याजोगे आहे. बाळ, पंख असलेल्या आपल्या या बांधवांचं भांडण लवकर थांबावे आणि त्यांच्यांत शांती नांदू लागावी, म्हणून तू देवाची विनवणी कर.'

कोकराने मनःपूर्वक परमेश्वराची प्रार्थना करायला सुरुवात केली.

◆

जगातील सामान्य माणसे नेहमी नाकासमोर पाहतात आणि जे सहज नजरेला पडेल, तेच सत्य आहे, असे मानून चालतात. ती बिचारी आपल्यावरून जग ओळखतात. दररोज भरपूर काम करावे, त्या कामाचा मोबदला म्हणून पोटभर भाकरी मिळवावी आणि आपली कच्चीबच्ची हालअपेष्टा न भोगता कशी मोठी होतील, याची काळजी वाहावी, यापलीकडे सर्वसामान्य माणसाची सहसा

दुसरी कुठलीही महत्त्वाकांक्षा असत नाही. ही माणसे जशी जगाच्या डोळ्यांत भरण्याजोगी सेवा करू शकत नाहीत, तसा त्यांच्यापासून जगाला मोठा उपद्रवही होत नाही; पण पृथ्वीच्या पाठीवरील सर्व माणसे आपल्यासारखीच साधी व सरळ आहेत, हा त्यांचा गोड भ्रम फार वेळ टिकू शकेल, अशी आजच्या जगाची परिस्थितीच नाही. मानवी जीवन हा आता लपंडावाचा किंवा पाठशिवणीचा खेळ राहिलेला नाही. त्याला बुद्धिबळाच्या डावाचे स्वरूप आलेले आहे. कुणाच्या अध्यातमध्यात न पडणारी जगातली सर्व साधीभोळी माणसे या डावातली प्यादी झाली आहेत आणि निरनिराळ्या राष्ट्रांतले राजकारणी पुढारी, महत्त्वाकांक्षी मुत्सद्दी व बुद्धिवंत भांडवलदार मोठ्या ईर्ष्येने हा डाव अहोरात्र खेळत आहेत. आजच्या जगातल्या प्रत्येक घटनेकडे– मग ते महायुद्ध असो अथवा शांतिसभा असो– या सूक्ष्म मर्मभेदी दृष्टीने सामान्य मनुष्याने पाहिले पाहिजे. तरच त्याला यापुढे सुखाने जगता येण्याची शक्यता निर्माण होण्याचा संभव आहे. या गोष्टीतल्या भोळ्या शेळीप्रमाणे किंवा अजाण कोकराप्रमाणे प्रत्येक देशातला बहुजनसमाज आजपर्यंत वागत आला. म्हणूनच अवघ्या वीस वर्षांच्या अंतराने सुधारणेच्या शिखरावर पोचलेल्या या विसाव्या शतकात दोन महायुद्धे झाली, देशादेशांतून निरपराधी रक्ताच्या महानद्या वाहिल्या, कोट्यवधी माणसांच्या फुलांसारख्या कोमल मनांची राखरांगोळी होऊन गेली. 'युद्धातून युद्धच जन्माला येते' असे मिल्टनने म्हटले आहे, हे काय इंग्रजांना ठाऊक नव्हते? 'युद्ध हा मुत्सद्द्यांचा व्यापार आहे' हे ड्रायडनचे वाक्य काय अमेरिकन लोकांच्या कानांवरून गेले नसेल? 'मर्मभेदक भाषणांपेक्षा छातीतून अचूकपणे आरपार जाणाऱ्या गोळ्याच अधिक परिणामकारक होतात', या बिस्मार्कच्या वाक्याची विफलता जर्मनीला पहिल्या महायुद्धाने काय पटविली नव्हती? पण युद्ध म्हणजे अनिर्बंध झालेल्या रौरव नरकाचे नग्न नृत्य असते, हे ठाऊक असूनही ही सर्व राष्ट्रे पुन्हा दुसऱ्या महायुद्धात कळत-नकळत ओढली गेलीच.

युद्धे ही बुभुक्षित गरुडांची भांडणे असतात. ही भांडणे कोकरांसारख्या लहान किंवा दुबळ्या असलेल्या देशांनी कुणाच्या भक्ष्यस्थानी पडावे, याकरिता चाललेली असतात!

ज्या दिवशी जगातल्या कोकरांना ही जाणीव तीव्रतेने होईल आणि गरुडांनाही झडप घालायची भीती वाटेल, असा आपला एक

कळप करून ती राहायला शिकतील, त्या दिवशीच नव्या सुखी जगाच्या पायाचा पहिला दगड बसविला जाईल.

◆

१

टीकाकार

एके दिवशी संध्याकाळी समुद्र किनाऱ्याकडे जायला निघालेला एक घोडेस्वार रस्त्याच्या कडेला असलेल्या एका खानावळीपाशी आला. अंधार पडत चाललेला पाहून तो घोड्यावरून खाली उतरला. समुद्रकाठच्या माणसांची मने समुद्रासारखीच विशाल असतात. त्यांना कुठल्याही क्षुद्रतेची कल्पना येत नाही. हा मनुष्यही तसाच होता. दरवाजाजवळच्या एका झाडाला आपला घोडा बांधून तो खानावळीत शिरला.

मध्यरात्री सारे लोक गाढ झोपले असताना एक चोर तिथे आला आणि त्याचा घोडा घेऊन निघून गेला.

सकाळी घोड्याचा मालक जागा झाला, तेव्हा आपला घोडा चोरीला गेला आहे, असे त्याला दिसून आले. आपला घोडा गेला, याचे तर त्याला दुःख झालेच; पण त्यापेक्षाही त्याला अधिक दुःख झाले, ते दुसऱ्या एका गोष्टीचे. ती म्हणजे, कुणा तरी मनुष्याला चोरी करण्याची विपरीत बुद्धी उत्पन्न व्हावी, ही होय.

चोरीची बातमी ऐकताच त्याच खानावळीत उतरलेले काही प्रवासी लगबग त्याच्याभोवती जमले आणि गलका करीत बोलू लागले.

पहिला म्हणाला,

'तबेल्याच्या बाहेर घोडा बांधण्याचा केवढा मोठा गाढवपणा केलास तू. त्याचं फळ आहे हे!'

दुसरा उद्गारला,

'घोड्याला खोडा घातल्याशिवाय त्याला उघड्यावर बांधणं, हा निव्वळ महामूर्खपणा आहे.'

तिसरा बोलता झाला,

'या समुद्रतीरापलिकडच्या भागात घोड्यावरून प्रवास करण्यासारखा दुसरा

वेडेपणा नाही!'

चौथा अभिप्राय देता झाला,

'ज्यांना चालण्याचा कंटाळा असतो, असे आळशी लोकच घोडे विकत घेतात आणि त्यांच्यावर बसून प्रवास करतात!'

हे सारे उद्‌गार ऐकून तो प्रवासी चकित झाला.

सरतेशेवटी तो ओरडून म्हणाला,

'मित्रहो! माझा घोडा चोरीला गेला, एवढं कळताच तुम्ही सारे लोक माझे दोष दाखविण्याकरिता इथं मोठ्या प्रेमानं धावून आलात; पण ज्यानं माझा घोडा चोरून नेला, त्याच्याविषयी निंदेचा एक शब्द सुद्धा तुमच्या तोंडून बाहेर पडू नये, ही मोठी चमत्कारिक गोष्ट नव्हे काय?'

◆

जिब्रानने या कथेत मनुष्यस्वभावाच्या एका विचित्र वैगुण्यावर मोठ्या मार्मिकपणाने बोट ठेवले आहे. जीवनात काय किंवा वाङ्मयात काय, वाहतुकीचे नियंत्रण करणाऱ्या पोलिसांप्रमाणे चौकाचौकांत अगणित टीकाकार उभे असतात. 'आमचे ध्येय फार उच्च आहे. आमचे कार्य अतिशय पवित्र आहे' असे फलक या टीकाकारांनी हातात धरलेले असले, तरी त्या फलकांवर लिहिलेल्या शब्दांचा त्यांच्या वर्तनाशी संबंध असतोच, असे नाही. 'स्त्री आणि वाणी यांच्या पावित्र्याविषयी लोक नेहमीच साशंक असतात' असे भवभूतीने म्हटले आहे. भवभूतीच्या काळात लोकनिंदेचे क्षेत्र त्याने वर्णन केल्याप्रमाणे मर्यादित असू शकेल; पण कालमानाप्रमाणे आता ते विलक्षण विस्तारले असून, टीका करणारे लोक फक्त स्वतःला वगळून बाकीच्या सर्व जगाच्या प्रतिभेविषयी, पावित्र्याविषयी, आणि प्रामाणिकपणाविषयी सदैव साशंक असतात, असे म्हणायला हरकत नाही.

वाङ्मयातल्या अशा प्रकारच्या टीकाकारांना आजपर्यंत अनेकांनी मोठमोठी शेलापागोटी दिली आहेत. 'टीकाकार म्हणजे, पळावे कसे, हे जगाला शिकवीत सुटणारा पांगळा मनुष्य होय.' असे एकाने म्हटले आहे. सेंट ब्यूव्हने 'ज्याचे घड्याळ इतरांपेक्षा नेहमी पाच मिनिटे पुढे असते, त्याला टीकाकार म्हणावे', अशी या प्राण्याची व्याख्या केली आहे. तिसरा एक लेखक म्हणतो, 'माणसात दोन प्रकारचे दगड नेहमी आढळतात. एक स्तुतिपाठक आणि दुसरा निंदक!'

समाजात टीकाकाराची महावस्त्रे अंगावर चढवून बसलेली बहुतेक माणसे बहुधा निव्वळ निंदक असतात. शेरिडनने आपल्या `School for Scandals' या उपरोधपूर्ण प्रहसनाची उभारणी या अनुभवावरच केली आहे. जिब्राननने आपल्या गोष्टीतही हेच कटू सत्य निराळ्या पद्धतीने सूचित केले आहे. खानावळीत उतरलेल्या कुणाचा तरी घोडा चोरीला गेला आहे, असे कळताच सारे प्रवासी तिथे धावत येतात; पण चोराचा पाठलाग करण्याची किंवा चोराचा शोध लावण्याची भाषा त्यांच्यापैकी एक गृहस्थ बोलत असेल, तर शपथ! जो उठतो, तो त्या घोड्याच्या मालकाला मूर्ख ठरवीत सुटतो!

नानाविध संकटांच्या अभ्रांनी झाकलेल्या आपल्या देशातही आज असल्या टीकाकारांचे नमुने हवे तेवढे आढळतील. ज्यांना उभ्या जन्मात घरातली भाऊबंदकीची भांडणे मिटविता आली नाहीत, ते जीनांना पाकिस्तान बहाल केल्याबद्दल गांधी आणि नेहरू यांना लाखोली वाहत आहेत. ज्यांना एखादी शाळा सुद्धा नीट चालविता येत नाही, ते या विशाल देशातल्या अन्नपरिस्थितीबद्दल राजेंद्रबाबूंवर तोंडसुख घेत आहेत आणि आपल्या चवचाल चैनीतून ज्यांना एखादी चवली सुद्धा उपाशी भिकाऱ्याच्या अंगावर फेकण्याची बुद्धी होत नाही, ते जयप्रकाशजींना समाजवादाविषयी मार्गदर्शन करीत आहेत.

जोपर्यंत जगात टीकाकारांची ही जात जिवंत राहील, तोपर्यंत सुखी आणि सुंदर जीवनाची ध्येयवाद्यांची स्वप्ने सत्यसृष्टीत उतरू शकणार नाहीत, असे कुणी म्हटले, तर ते चूक होईल काय?

◆

१०

आत्मदर्शन

राज्याभिषेक संपला. राजा विश्रांतीकरिता आपल्या महालात आला. गिरिशिखरावर राहणाऱ्या आणि मोठा सिद्धी प्राप्त झालेल्या तीन साधूंनी त्याच्याकरिता ते मंदिर निर्माण केले होते. त्याने आपला मुकुट काढून खाली ठेवला. आपल्या अंगावरची राजवस्त्रे उतरली. आपण आता सर्वसत्ताधीश झालो, असा अभिमानाचा विचार मनात घोळवीत तो महालाच्या मध्यभागी उभा राहिला.

एकदम त्याने वळून पाहिले. आईने त्याला दिलेला सुंदर रुपेरी आरसा तिथे हसत होता. त्या आरशात एकदम एक नग्न आकृती त्याला दिसली.

राजा दचकला.

त्याने आरशातून बाहेर येणाऱ्या मनुष्याला कंपित स्वरात विचारले,

'काय, काय हवंय् तुला?'

त्या नग्न आकृतीने उत्तर दिले,

'फक्त एकच गोष्ट– एकाच प्रश्नाचं उत्तर! लोकांनी राजा म्हणून तुला सिंहासनावर का बसविले, हे तू मला सांगू शकशील काय?'

राजा उत्तरला,

'या देशातला मी सर्वांत थोर मनाचा मनुष्य आहे, म्हणून!'

ती नग्न आकृती म्हणाली,

'तुझं मन आहे याहून अधिक थोर असतं, तर तू राजा झाला नसतास.'

राजा उद्गारला,

'मी देशातला सर्वांत पराक्रमी पुरुष आहे, म्हणून लोकांनी मला राज्याभिषेक केला.'

ती नग्न आकृती बोलती झाली,

'तू आहेस, यापेक्षा अधिक शूर असतास, तर कधीही सिंहासनावर बसला

नसतास.'

राजा पुन्हा म्हणाला,

'मी या देशातला सर्वांत शहाणा मनुष्य आहे, म्हणून लोकांनी माझ्या मस्तकावर मुकुट ठेवला.'

ती नग्न आकृती म्हणाली,

'तू अधिक शहाणा असतास, तर राजपदाचा कधीच स्वीकार केला नसतास!'

हे ऐकून राजा मट्कन जमिनीवर बसला आणि गुडघ्यांत मान घालून ढसढसा रडू लागला.

त्या आरशातल्या आकृतीने राजाच्या अवनत मूर्तीकडे सदय दृष्टीने पाहिले. मग तिने जमिनीवरला तो मुकुट उचलला आणि मोठ्या वात्सल्याने राजाच्या नम्र झालेल्या मस्तकावर तो ठेवला.

राजाकडे मोठ्या प्रेमाने पाहत ती नग्न आकृती पुन्हा आरशात अंतर्धान पावली.

राजाने हळूहळू आपले मस्तक वर करून समोरच्या आरशाकडे पाहिले. तिथे मुकुट धारण केलेले आपले प्रतिबिंब तेवढे त्याच्या दृष्टीला पडले.

◆

जीवनविकासाच्या दृष्टीने काम-क्रोधादी अंध विकारांपेक्षाही अहंकार हा मनुष्याचा अधिक मोठा शत्रू आहे. आपल्या मोहक आणि चित्रविचित्र पिसाऱ्याकडे अभिमानाने धुंद झालेल्या नजरेने पाहणाऱ्या मोराला आपल्या कुरूप पायांचे भान राहत नाही. माणसाचेही तसेच होते. अहंकाराने अंध झालेल्या मानवी मनाला आपल्या मर्यादांचे आणि वैगुण्यांचे ज्ञान कधीच होत नाही. कौटुंबिक कलहापासून जागतिक युद्धापर्यंत जगात जे लहान-मोठे अनर्थ नित्य घडून आलेले दिसतात, त्यांच्या मुळाशी अनेकदा दोन अहंकारी मनांचा संघर्षच असतो. दया, प्रेम, भक्ती, कृतज्ञता, इत्यादी हृदयात उमलणारी फुले अहंकारी मनाच्या धगधगत्या ज्वालांमुळे हळूहळू करपून जातात आणि मग साहजिकच अशा मनुष्याच्या आत्म्याचा विकास खुरटतो.

पण मानवाला दिलेल्या अहंकाराच्या शापाबरोबर निसर्गाने त्याला एक उश्शापही देऊन ठेवला आहे. आत्मपरीक्षणाची शक्ती हा तो उश्शाप होय. स्वतःकडे परक्याच्या दृष्टीने पाहणे प्रथमदर्शनी जेवढे वाटते, तेवढे काही अवघड आणि अशक्य नाही. जीवनात तो पदोपदी स्वतःचा टीकाकार होतो, त्याचाच अखंड विकास होत राहतो. या कथेतली आरशातून प्रगट होणारी नग्न आकृती हीच

मानवाची आत्मपरीक्षणाची शक्ती होय. वस्त्रे आणि अलंकार यांच्या साहाय्याने शरीराला कृत्रिम सौंदर्य संपादन करता येते. आपले ज्ञान, विकास, पराक्रम, ही सर्व पूर्णतेला पोचली आहेत, असे मानणाऱ्या आत्म्याचे सौंदर्यही असेच बेगडी असते. आपण अपूर्ण आहो, ही जाणीव ज्याला असते, तोच पूर्णतेच्या कंटकयुक्त पथावरला यशस्वी प्रवासी होऊ शकतो. या कथेतल्या राजाला ही जाणीव होताच आरशातली आकृती त्याच्या मस्तकावर राजमुकुट ठेवते आणि अंतर्धान पावते.

◆

११

चार बेडूक

नदीच्या काठाकाठाने एक लाकडाचा भला मोठा ओंडका तरंगत चालला होता. त्याच्यावर तीरावरले चार बेडूक पट्कन उड्या मारून बसले. थोड्या वेळाने तो ओंडका नदीच्या प्रवाहात सापडला आणि धारेला लागून वाहत चालला. ते चारही बेडूक जलपर्यटनाच्या या नव्या अनुभवात अगदी गुंग होऊन गेले. कारण अशी मजेदार सफर त्यांनी या पूर्वी कधीच केली नव्हती.

बऱ्याच वेळाने त्या आनंदाच्या तंद्रीतून जागा होऊन पहिला बेडूक म्हणाला, ‘खरोखर हा मोठा विलक्षण ओंडका आहे. एखाद्या सजीव प्राण्याप्रमाणे तो धावत-पळत चालला आहे. असा ओंडका या पूर्वी जगात कुणी कधीच पाहिला नसेल.’

यावर दुसरा बेडूक बोलता झाला,

‘दोस्त, तू चुकतोयूस. हा ओंडका लाकडाच्या इतर तुकड्याप्रमाणेच निर्जीव आहे. तो बिचारा कसली हालचाल करणार? अरे वेड्या, नदी समुद्राकडे धावत-पळत चालली आहे आणि आपल्याबरोबर ती आम्हांला व या ओंडक्यालाही घेऊन जात आहे.’’

हे ऐकून तिसरा उद्‌गारला,

‘तुम्ही दोघेही साफ चुकता आहात. ओंडका हलत नाही आणि नदी वाहत नाही. तुम्हांला जी गती दिसतेय्, ती आपल्या मनातल्या विचारशक्तीची आहे. त्या शक्तीशिवाय जगात कुठलीच हालचाल होऊ शकत नाही.’

लगेच त्या तीन बेडकांत या विषयावर मोठा कडाक्याचा वादविवाद सुरू झाला. जो तो आपलेच म्हणणे खरे आहे, असे अट्टहासाने प्रतिपादन करीत होता. त्यांचे हे भांडण खूपच रंगले. ते मोठमोठ्याने बराच वेळ ओरडले; पण किती वेळ झाला, तरी त्यांचे एकमत होईना.

इतका वेळ चौथा बेडूक त्यांचे हे भांडण लक्षपूर्वक ऐकत अगदी स्वस्थ बसला होता.

ते तिघे त्याच्याकडे वळले आणि त्याचे मत विचारू लागले.

चौथा बेडूक म्हणाला,

'तुमच्यापैकी प्रत्येकजण थोडा थोडा बरोबर आहे. सर्वस्वी चूक असा कुणीच नाही. ओंडका, पाणी, आणि आपले मन ही तिन्ही गतिमान आहेत.'

त्याचे हे बोलणे ऐकून ते तिन्ही बेडूक चिडून गेले. आपले म्हणणे पूर्ण सत्य नाही, हे कबूल करायला त्यांच्यापैकी कुणीच तयार नव्हता. फक्त आपण तेवढे बरोबर आहो आणि बाकीचे दोघे चूक आहेत, असेच त्या तिघांपैकी प्रत्येकाचे ठाम मत होते.

–आणि मग एकदम एक विलक्षण गोष्ट घडली.

क्षणार्धात त्या तिघां बेडकांनी एकत्र येऊन त्या चौथ्या बेडकास ओंडक्यावरून वेगाने वाहणाऱ्या त्या नदीच्या खोल प्रवाहात ढकलून दिले.

◆

जगातल्या असंख्य कलहांचे मूळ कशात आहे, हे आपण शोधू लागलो, तर ते अज्ञानात आणि त्याहीपेक्षा त्या अज्ञानाला ज्ञान म्हणून कवटाळून बसणाऱ्या मनुष्याच्या अहंकारात आहे, असे आढळून येईल. सत्याइतकी गुंतागुंतीची गोष्ट साऱ्या जगात दुसरी कुठलीच नसेल. सत्याला सदैव अनेक परस्परविरोधी पैलू असतात. जीवनातल्या मर्यादित अनुभवांमुळे ते सारे पैलू सहसा एका व्यक्तीला दिसू शकत नाहीत. त्यामुळे जगात सत्याच्या नावाखाली अर्धसत्याचाच बहुधा अधिक पुरस्कार होत असतो.

तसे पाहू गेले, तर सत्य म्हणजे काय; आणि ते कसे निश्चित करायचे, हा प्रश्न खरोखरच फार कठीण आहे. तो किती अवघड आहे, हे खालील चुटक्यावरून दिसून येईल.

एके दिवशी एक गृहस्थ आपल्या मित्रासह नदीतीरावर फिरायला गेला होता.

फिरता-फिरता नदीकडे पाहत तो म्हणाला,

'पाण्यात मासे कसे मोठ्या मजेत खेळताहेत, पाहा.'

त्याचा मित्र त्याला म्हणाला,

'हे खरं कशावरून? तू काही मासा नाहीस. तेव्हा पाण्यात उड्या मारताना या माशांना आनंदच होत आहे, हे तू कशावरून म्हणतोस?'

त्यावर त्याने उत्तर दिले,

'पण तू म्हणजे काही मी नव्हे. पाण्यात स्वच्छंदाने उड्या मारण्यात या माशांना जी मजा वाटते, तिचं ज्ञान मला होणं शक्य नाही, हे तरी तू कशावरून म्हणतोस?'

सत्य हे इंद्रधनुष्याप्रमाणे बहुरंगी असते, हे तर खरेच; पण ते इंद्रधनुष्याप्रमाणे रम्य मात्र नसते. ते उग्र असते, कटू असते; आणि म्हणूनच सर्वसामान्य मनुष्याला त्याचे संपूर्ण दर्शन दुःसह होते. *'सत्य हे विषासारखं आहे. ते अल्प प्रमाणात घेतलं, तरच त्याचा औषधासारखा उपयोग होतो. नाही तर ते प्राणघातक ठरते,'* असे एका लेखकाने जे विनोदाने म्हटले आहे, त्याचा अर्थ झाला, तरी हाच आहे. दुसरा एक लेखक म्हणतो, *'चलनाकरता जसे शुद्ध सुवर्ण वापरत नाहीत, तसे संपूर्ण सत्यही समाजाच्या व्यवहाराला उपयोगी पडत नाही. त्यात हीण मिसळले, म्हणजेच त्याचा प्रसार सुलभ होतो.'*

सत्याची शाब्दिक पूजा करणाऱ्या; पण अर्धसत्यावर जगू पाहणाऱ्या आजच्या दांभिक जगाचे दर्शन जिब्रानच्या या रूपककथेत वाचकांना निश्चित होईल.

◆

१२

पवनचक्की

पवनचक्की वाऱ्याला म्हणाली,

'किती रूक्ष प्राणी आहेस तू! एकच गोष्ट एकसारखी करायचा कंटाळा तुला कसा येत नाही? तुला वाहायला दुसरी दिशाच मिळत नाही काय? मूर्खा, देवदयेनं मला लाभलेल्या शांततेचा तू क्षणोक्षणी भंग करीत आहेस, हे तुला कधी कळणार?'

वाऱ्याने काहीच उत्तर दिले नाही. अनंत अवकाशात हसत-हसत त्याने आपले भ्रमण पूर्ववत सुरू ठेवले.

◆

गती हा जीवनाचा आत्मा आहे आणि प्रगती ही गतीतूनच निर्माण होण्याची शक्यता असते, या तत्त्वांची जाणीव समाजात फार क्वचित आढळते.

व्यक्ती हा विशाल सिंधूतला एक बिंदू आहे, अफाट वाळवंटातला तो एक सूक्ष्म कण आहे, जीवनाच्या महावृक्षावरले ते एक चिमुकले पान आहे, या दृष्टीने स्वतःकडे पाहण्याची सवयच माणसाने अद्यापि आपल्या मनाला लावून घेतलेली नाही. जो तो नेहमी स्वतःपुरते पाहतो. आपल्याला जगाचा मध्यबिंदू समजून तो वागत असतो. स्वतःचे आसन एकदा सुस्थिर झाले, म्हणजे जगाला प्रगतीची अथवा क्रांतीची काही जरुरी उरली नाही, असे त्याला वाटू लागते. सनातनी आणि सुधारक किंवा प्रतिगामी आणि क्रांतिकारक असे जे तट समाजात नेहमी पडतात, त्यांच्या मुळाशी तरी या संकुचित दृष्टीपेक्षा दुसरे काय असते? आजचे सुधारक उद्या सनातनी ठरतात किंवा कालचे क्रांतिकारक आज प्रतिगामी वाटू लागतात, या सकृद्दर्शनी विचित्र भासणाऱ्या घटनेचा उगम तरी कशात आहे? मनुष्याच्या अंध आत्मनिष्ठेतूनच त्याचा उगम होतो. जीवन म्हणजे बदल, हे ज्यांना

पटते, त्यांनाच कालाबरोबर हसतमुखाने धावता येते. इतकेच नव्हे, तर त्या धावण्याचा त्यांच्या मानसिक प्रकृतीला फायदा होतो; पण ज्यांना आपला संकुचित आणि समाजविमुख सुखवस्तूपणा सोडवत नाही, ते धावणाऱ्या काळाला शिव्या देऊ लागतात. त्यांच्या शिव्याश्रापांना न जुमानता काळ त्यांना फरफटत नेऊ लागला, म्हणजे आपल्यावर फार मोठा अन्याय होत आहे, असा ते कांगावा करतात; पण हा कांगावा ऐकण्याकरता क्षणभर थांबायला तरी काळाला फुरसत कुठे असते? तो हसतो व पुढे चालू लागतो.

◆

१३

वंशवृक्ष

इशानाची राणी प्रसूतिवेदनांनी व्याकूळ झाली होती. राजा आणि बडेबडे दरबारी लोक राजवाड्याच्या भव्य दिवाणखान्यात मोठ्या उत्कंठेने आणि काळजीने प्रसूतीच्या क्षणाची वाट पाहत बसले होते.

संध्याकाळी एक दूत घाईघाईने आला आणि राजाला अभिवादन करून म्हणाला,

'महाराज, मी मोठ्या आनंदाची वार्ता घेऊन आलो आहे. महाराजांचा कट्टर शत्रू मिहराब काल मृत्यू पावला.'

ही बातमी ऐकताच राजा आणि दरबारी लोक आपल्या आसनांवरून लगबगीने उठले आणि हर्षवायू झाल्यासारखे ओरडू लागले.

मिहराब मोठा शूर वीर होता. त्याला आयुष्य लाभले असते, तर त्याने खात्रीने इशानाचे राज्य जिंकले असते आणि तिथल्या साऱ्या लोकांना आपले गुलाम करून नेले असते.

याच वेळी राजवैद्य दिवाणखान्यात आला. त्याच्यामागून राणीच्या सुइणीही आल्या. राजाला वंदन करून राजवैद्य म्हणाला,

'महाराज, आपण अमर झालात. आपला वंश पिढ्यान् पिढ्या इशानाच्या जनतेवर राज्य करीत राहील. महाराजांना पुत्ररत्न झालंय्. देवाने मोठ्या कृपाळुपणाने आपल्या गादीला वारस दिला आहे.'

राजाचे मन आनंदाने अगदी धुंद होऊन गेले. आपल्या आयुष्यातला हा सुवर्णक्षण आहे, असे त्याला वाटले. या एका क्षणात त्याच्या आयुष्यातल्या दोन मोठ्या गोष्टी घडून आल्या होत्या. अत्यंत प्रबळ अशा त्याच्या शत्रूवर काळाने झडप घातली होती आणि त्याच्या वंशवेलीवर पहिलेवहिले पुष्प उमलले होते.

त्या नगरात एक धीट, तरुण आणि सत्यवक्ता ज्योतिषी राहत असे. त्याच

रात्री राजाने त्याला राजवाड्यात बोलावून आणले.

तो येताच राजा त्याला म्हणाला,

'माझ्या सिंहासनाचा वारस आज जन्माला आलेला आहे. या मुलाचे भविष्य आपल्याकडून जाणून घेण्याची मला फार फार इच्छा आहे.'

क्षणभर सुद्धा न चाचरता तो ज्योतिषी म्हणाला,

'राजा, तुझ्या मुलाचं भविष्य ऐक. काल संध्याकाळी तुझा शत्रू मिहराब मेला. त्याचा आत्मा एक दिवसभर आपल्याला अनुकूल अशी कूड शोधीत वाऱ्यावर भटकत होता. शेवटी त्याला योग्य अशी जागा मिळाली. ती म्हणजे नुकत्याच जन्माला आलेल्या तुझ्या मुलाचं शरीर!'

हे ऐकताच राजा क्रुद्ध होऊन गेला. त्याने तत्काळ आपली तलवार उपसली आणि त्या सत्यवादी ज्योतिष्याला तिथल्या तिथे ठार केले.

त्या दिवसापासून आतापर्यंत इशानातले सर्व शहाणे लोक एकांतात एकमेकांना म्हणतात,

'इशानावर शत्रू राज्य करीत आहे, हे कुणाला ठाऊक नाही? प्राचीन काळापासून ही गोष्ट लोक सांगत आले आहेत.'

◆

मनुष्याने मनुष्याला कायमचा शत्रू मानणे, त्या शत्रुत्वाचा अभिमान बाळगणे आणि आपल्या शत्रूच्या मृत्यूने आनंदित होणे, या गोष्टी किती चुकीच्या आहेत, हे एका चमत्कृतिजनक कल्पनेचा उपयोग करून जिब्रानने या गोष्टीत सूचित केले आहे. ज्या मुलाच्या जन्माचा राजाला विलक्षण अभिमान वाटतो, त्याचा आत्मा त्याच्या शत्रूचा असावा, हा विरोध अत्यंत विलक्षण आहे.

जीवनात केवळ आंधळ्या आपलेपणामुळे मनुष्य काही व्यक्तींवर प्रेम करू लागतो. केवळ अंध स्वार्थामुळे काही व्यक्ती त्याला शत्रुवत वाटू लागतात आणि तो त्यांचा द्वेष करीत सुटतो; पण मानवी जीवन हा जन्म आणि मृत्यू अशी दोनच दारे असलेला एक पिंजरा आहे. या टीचभर पिंजऱ्याच्या आत मनुष्य रागालोभाने प्रेरित होऊन जे वर्तन करतो, ते पिंजऱ्याबाहेरच्या विशाल आणि अज्ञात जगातल्या नियमांना धरून होते, असे थोडेच आहे? वंश, जाती, धर्म, इत्यादिकांचे माणसाचे अभिमान हे रंगीबेरंगी फुगे आहेत. ज्यांची मने लहान मुलांसारखी अविकसित असतात, ती माणसे हे फुगे फुगवीत बसण्यात आनंद मानतात आणि कुठलीही टाचणी लागून ते फुटले, म्हणजे संतापून जातात. ज्यांना अंतर्मुख होऊन जीवनाचा

विचार करता येतो, ज्ञेयाची अज्ञेयाशी सांगड घालता येते, ती माणसे असली फसवी खेळणी दूर भिरकावून देतात. मनुष्य इथून तिथून एकच आहे. माणसामाणसांतले भेदभाव कृत्रिम आहेत, ते नाहीसे करण्यातच मनुष्यजन्माचे मोठेपण आहे, हे ओळखून त्या प्रयत्नाला ती लागतात. जगातले संत घ्या, कवी घ्या, तत्त्वज्ञ पाहा, या सर्वांनी वंशाच्या आणि जातीच्या खोट्या अभिमानाविरुद्ध आपले शस्त्र नेहमी उपसले आहे, असे दिसून येईल.

◆

१४

चार कवी

एका मेजाभोवती चार कवी बसले होते. मेजावरल्या मद्यपात्रात मदिरा हसत होती. तिच्याकडे पाहून पहिला कवी म्हणाला,

'माझ्या कल्पनाचक्षूंना या मदिरेचा सुगंध दिसत आहे. प्रफुल्ल वनश्रीवरून अनंत आकाशात पक्ष्यांचा थवा जसा भिरभिरत असावा, तसा भासतोय् तो मला!'

आपली मान वर करून दुसरा कवी म्हणाला,

'माझ्या प्रतिभेला हा पक्ष्यांचा थवा गात असलेलं गाणं ऐकू येत आहे. पांढऱ्या शुभ्र गुलाबांच्या पाकळ्यांत भ्रमरानं जसं बंदिवान व्हावं, त्याप्रमाणं त्या मधुर संगीतात माझं हृदय तल्लीन होऊन गेलं आहे!'

तिसऱ्या कवीने आपले डोळे झाकले आणि एक हात उंच करून तो म्हणाला,

'हा पहा मी त्या पक्ष्यांना हात सुद्धा लावला! त्यांच्या मृदुमृदुल पंखांचा स्पर्श किती गुलगुलीत आहे! जणू काही एखाद्या निद्रित वनदेवतेचा श्वासच!'

शेवटी चौथा कवी उठला आणि मेजावरले मद्यपात्र उचलून तो म्हणाला,

'मित्रहो, दुर्दैवानं मी तुमच्या इतका प्रतिभावान नाही. तुमच्याप्रमाणे मला दिव्य दृष्टी, दिव्य श्रवणशक्ती, दिव्य स्पर्श यांचा लाभ झालेला नाही. मला या मद्याचा सुगंध येत नाही, त्याचं मधुर गीत ऐकू येत नाही, त्याच्या पंखांचा मृदू स्पर्शही जाणवत नाही. मला फक्त या समोरच्या पात्रात चमकत असलेली मदिरा दिसते आहे. माझी मंद कल्पनाशक्ती उत्तेजित व्हावी आणि तुम्ही ज्या उच्च आनंददायक विश्वात विहार करीत आहात, तिथं मला उड्डाण करता यावं, म्हणून मी ती प्राशन करतो.'

असे म्हणून त्याने ते मद्यपात्र आपल्या तोंडाला लावले आणि त्यातला थेंब

नि थेंब पिऊन टाकला.

ते तिघे कवी आ वासून त्याच्याकडे आश्चर्याने पाहू लागले.

आता त्यांच्या नजरेत एक प्रकारचा विखार दिसू लागला. त्यांच्या दृष्टीत काव्यबिव्य बिलकुल उरले नव्हते. फक्त दारूचा एक थेंबही न मिळाल्यामुळे दिसणारी क्रूर अतृप्तता तेवढी होती.

◆

जिब्रानची ही गोष्ट मोठी गमतीदार आहे. आपल्या देशाच्या आजच्या परिस्थितीवर टीका करण्याकरिता एखाद्या कल्पक लेखकाने तर ती लिहिली नाही ना, असा भास उत्पन्न होण्याइतका ताजेपणा तिच्यात आहे. या कथेतल्या चार कवींपैकी तीन नुसते बडबडे आहेत. आपण मोठे कवी आहोत, हे सिद्ध करण्याकरिता मद्याला स्पर्श करण्यापूर्वीच ते दारू प्यायल्यासारखे बोलू लागतात. त्यांच्या त्या बोलण्यात अनुभवाची आच नाही, अतृप्तीची तळमळ नाही, वास्तवतेचा विलास नाही, काही नाही. सारा स्वैर कल्पनेचा पोकळ खेळ आहे. एकाने मद्याचा सुगंध पक्ष्यांच्या थव्यासारखा आहे, असे म्हटल्याबरोबर दुसऱ्याला त्या पाखरांचे गाणे ऐकू येऊ लागले. त्याच्यावर मात करण्याकरिता तिसरा आपल्याला त्या पाखरांच्या पंखांचा गुलगुलीतपणा सुद्धा जाणवतो, अशी बढाई मारतो.

या तीन कवींच्या रूपाने जिब्रानने मानवी स्वभावातला एक अतिशय विचित्र दोष मोठ्या मार्मिकपणाने दिग्दर्शित केला आहे. आपल्या भोवताली चाललेल्या घडामोडींविषयी आपण खूप बोलत असतो. असे व्हायला हवे आणि तसे होता कामा नये, असे आपण तावातावाने म्हणतो; पण हा सारा शब्दांचा खेळ असतो. जीवनात क्रांती होते, ती केवळ कल्पनेने नाही, तर प्रत्यक्ष कृतीने, हे काही केल्या आपल्या लक्षातच येत नाही. रस्त्यावर पडलेल्या दगडांमुळे गाडीची वाट अडली, तर असली बोलकी मंडळी आपल्या सामाजिक अनास्थेविषयी तास, दोन तास व्याख्यान देतील; पण गाडीतून खाली उतरून ते दगड दूर फेकून द्यावे आणि आपली वाट मोकळी करून घ्यावी, असे मात्र त्यांच्या मनात येणार नाही. अशी माणसे जीवनात अपयशी ठरली, तर त्यात नवल कसले?

या गोष्टीतही तसेच घडते. पहिले तीन कवी मद्याचे काल्पनिक वर्णन करण्यातच गुंग होऊन जातात. चौथा मनुष्य व्यवहारज्ञ असल्यामुळे बडबड न करता ते पिऊन टाकतो.

कल्पना आणि विचार यांना जीवनात महत्त्व नाही, असे नाही, पण ज्याला जगात यशस्वी व्हायचे असेल, त्याने आपली कल्पना कृतीत उतरविली पाहिजे, विचाराचे आचारात रूपांतर केले पाहिजे. व्यवहार हीच काव्याची अथवा तत्त्वज्ञानाची खरी कसोटी आहे.

◆

१५

कागद आणि शाई

बर्फासारख्या पांढऱ्या शुभ्र कागदाचा तुकडा होता तो.

तो तुकडा अभिमानाने स्वतःशीच म्हणाला,

'जन्मतःच मी किती स्वच्छ आणि शुद्ध आहे. जन्मभर मी असाच शुभ्र आणि शुद्ध राहणार. कुणी मला जाळून माझी पांढरी राख केली, तरी बेहत्तर; पण माझ्या शुभ्रपणाला कलंक लावणाऱ्या कुठल्याही अस्वच्छ काळ्या गोष्टीला मी माझ्या वाऱ्याला सुद्धा फिरकू देणार नाही.'

कागदाचे बोलणे शाईने ऐकले. तिच्या काळसर चेहऱ्यावर हास्याची छटा उमटली; पण कागदाजवळ जाण्याचे काही तिला धैर्य झाले नाही.

नाना रंगांच्या पेन्सिलींनीही कागदाची ही बढाई ऐकली. त्याही त्याच्या आसपास फिरकल्या नाहीत.

–आणि तो दुधासारखा, बर्फासारखा किंबहुना पौर्णिमेच्या चांदण्यासारखा असलेला पांढरा शुभ्र कागद कायमचा स्वच्छ आणि शुद्ध राहिला.

किती स्वच्छ– किती शुभ्र– किती शुद्ध!

पण जितका शुभ्र, जितका शुद्ध, तितकाच शून्य– अगदी कोरा!

◆

अहंकाराला बळी पडून आणि भलत्याच गोष्टींचा अभिमान बाळगून मनुष्य वागू लागला, म्हणजे तो स्वतःचेच कसे नुकसान करून घेतो, हे या गोष्टीवरून सहज दिसून येईल. मी बुद्धीने मोठा आहे, मी उच्च जातीचा आहे, मी फार पवित्र आहे या किंवा असल्याच बढाया मारीत जे गर्विष्ठ लोक आढ्यतेने समाजापासून फटकून राहतात, त्यांचे जीवन शेवटी नीरस आणि निरुपयोगी होते. त्यांच्या अंगातल्या गुणांचा कुणालाच उपयोग होऊ शकत नाही. मानवी जीवनाची सफलता सहकार्यात आहे. सर्वांनी मिळून मिसळून आणि एकमेकांच्या

गुणांचा उपयोग करून जग अधिक सुखी व सुंदर करण्यात जीवनाचे सार्थक आहे; पण आपल्या शुभ्रपणाच्या धुंदीत असलेल्या कागदाला काही केल्या हा साधा सुविचार सुचला नाही. शाई दिसायला काळी असली, तरी तिने लिहिलेल्या अक्षरांनीच या जगात आपली किंमत वाढणार आहे, ही कल्पनाच त्या बिचाऱ्याच्या मनाला शिवत नाही. तो आपला शुद्धतेच्या भ्रामक कल्पनेतच गुंग होऊन बसतो.

मोठेपणाच्या असल्या खोट्या कल्पना उराशी बाळगून जगाला तुच्छ लेखणाऱ्या माणसाची स्थिती शेवटी या गोष्टीतल्या कागदासारखीच होते. गुलाबाला काटे असतात, म्हणून त्याचे फूल तोडायला जो तयार होणार नाही, त्याला या जगात त्याचा मधुर सुगंध तरी कुठून मिळणार?

◆

१६

पंडित आणि कवी

सर्प चंडोल पक्ष्याला म्हणाला,

'तू उंच उंच उडतोस; पण पृथ्वीच्या अंतरंगात जिथं जीवनरसाचे प्रवाह शांतपणानं वाहत असतात, अशा निवांत जागी काही तुला जाता येत नाही.'

चंडोलाने उत्तर दिले,

'मित्रा, तुला खूप खूप गोष्टींची माहिती आहे, हे मी कबूल करतो. किंबहुना, तू या जगात सर्वश्रेष्ठ महापंडित आहेस, हे मला मान्य आहे; पण तुला उडता येत नाही, याबद्दल मला तुझी दया येते.'

जणू काही चंडोलाचे बोलणे आपल्याला ऐकू आलेच नाही, अशा आविर्भावाने सर्प उद्गारला,

'अरे वेड्या! पृथ्वीच्या पोटात असलेली अगणित रहस्ये तू एकदा तरी पाहिली आहेस काय? या अदृश्य साम्राज्यातल्या रत्नभांडाराचं तुला ओझरतं दर्शन सुद्धा झालेलं नाही. कालच मी माणकांनी भरलेल्या एका गुहेत आराम करीत पडलो होतो. पिकलेल्या डाळिंबाच्या आतल्या भागाप्रमाणे ती गुहा दिसते. प्रकाशाचा अंधूक किरण तिच्यात पडला, की अग्निज्वाळांसारख्या लाल लाल पाकळ्या असलेल्या गुलाबाप्रमाणं ती भासू लागते. असलं अद्भुत सौंदर्य पाहण्याचं भाग्य माझ्याशिवाय दुसऱ्या कुणाला लाभलं आहे का?'

चंडोल उद्गारला,

'युगानुयुगाच्या स्मृतींच्या स्फटिकतुल्य सुंदर अवशेषांत लोळण्याचं भाग्य तुझ्याशिवाय दुसऱ्या कोणालाही मिळालेलं नाही, हे खरं आहे. पण, मित्रा, एका गोष्टीबद्दल मला तुझी कीव येते. ती म्हणजे तुला गाता येत नाही, ही होय.'

साप म्हणाला,

‘मला एक वनस्पती ठाऊक आहे. पृथ्वीच्या पोटात तिची मुळं अगदी खोल खोल गेली आहेत. त्या वनस्पतीचं मूळ जो खातो, तो यक्ष-गंधर्वांपेक्षा अधिक सुंदर दिसू लागतो!’

चंडोलाने उत्तर दिले,

‘पृथ्वीच्या पोटातल्या विविध आणि अद्भुत चमत्कारांची माहिती जगाला तुझ्याइतकी दुसरं कुणीच सांगू शकणार नाही, हे खरे आहे; पण तुला आभाळात उडता येत नाही, हे पाहून मला तुझ्याबद्दल फार फार वाईट वाटतं.’

साप म्हणाला,

‘एके ठिकाणी पर्वताखालून वाहणारा एक जांभळ्या पाण्याचा झरा मला ठाऊक आहे. त्या झऱ्याचं पाणी जो पितो, तो देवाप्रमाणं अमर होतो. तुलाच काय, पण कुणाही पशुपक्ष्याला तो झरा कधीही शोधून काढता येणार नाही.’

चंडोल उद्गारला,

‘तुझी इच्छा असली, तर तुलाही देवाप्रमाणं अमर होता येईल, हे मी नाकबूल करीत नाही; पण एका बाबतीत मला तुझी फार दया येते. ती गोष्ट म्हणजे तुला गाता येत नाही, ही होय.’

साप ऐटीने सांगू लागला,

‘पृथ्वीच्या पोटात पुरलं गेलेलं एक देवालय मला ठाऊक आहे. महिन्यातून एकदा मी तिथं जातो. ज्यांची आता कुणाला आठवणही राहिलेली नाही, अशा प्राचीन काळातल्या अजस्त्र मनुष्यांनी ते बांधलेलं आहे. त्या देवळाच्या भिंतींवर युगानुयुगाची रहस्ये कोरलेली आहेत. जो ती वाचील, त्याला जगातलं सर्वश्रेष्ठ ज्ञान प्राप्त होईल.’’

चंडोल म्हणाला,

‘तुझी इच्छा असली, तर तुझ्या चपळ शरीरानं ते सर्व ज्ञान तुला अंकित करता येईल; पण तुला उडता येत नाही, याबद्दल मला तुझी फार फार कीव येते.’

चंडोलाच्या या तुणतुण्याचा सापाला वीट आला. चट्कन वळून तो आपल्या बिळात शिरू लागला. आत जाता-जाता तो पुटपुटला,

‘महामूर्ख कुठला! गाण्याशिवाय दुसरं काही सुचत नाही बेट्याला!’’

–आणि चंडोलही तिथून उडून दूर जाऊ लागला. जाता-जाता तो गाऊ लागला,

‘माझ्या विद्वान मित्रा, तुला गाता येत नाही, याबद्दल मला फार फार वाईट वाटतं. हे महापंडिता, तू फक्त पृथ्वीवर सरपटतोस; पण काही केल्या तुला पृथ्वी

सोडून वर उडता येत नाही, याबद्दल मला अतिशय दुःख होतं.'

शास्त्र आणि काव्य किंवा पांडित्य आणि लालित्य यांच्यामध्ये जो एक सूक्ष्म विरोध असतो, त्याचे चित्रण सर्प आणि चंडोल यांच्या या संवादांत जिब्राननने केले आहे. 'पंडिताची शाई ही हुतात्म्याच्या रक्तापेक्षा अधिक पवित्र असते', अशी जी एक अरेबियन म्हण आहे, तिच्यात सत्यांश नाही, असे नाही; पण 'जगातले महापंडित हे सर्वांत शहाणे लोक असतातच, असे नाही.' या उक्तीतही तितकाच अनुभवजन्य अर्थ भरला आहे. ज्ञानाची आणि विज्ञानाची जीवनाला निःसंशय जरुरी आहे; पण ते ज्ञान जीवनविमुख असता कामा नये. त्या विज्ञानाने मानवी भावनांची कदर करायला हवी. मनुष्य केवळ बुद्धीवर अथवा निव्वळ भावनेवर जगू शकत नाही. ज्ञान आणि काव्य यांच्या बाबतींतही तेच म्हणता येईल. ती परस्परपूरक आहेत. तहानेलेल्या मनुष्याचे काव्यरस पिऊन समाधान होत नाही, हे जितके खरे आहे, तितकेच केवळ शास्त्रज्ञानाने अथवा पांडित्याने मनुष्याच्या हृदयाची भूक शांत होऊ शकत नाही, हेही खरे आहे. पण आजच्या यंत्रयुगात कळत-नकळत मानव आपल्या जीवनात ज्ञानाचा बडिवार माजवून त्यातल्या काव्याकडे पाठ फिरवीत आहे. या रूपक-कथेतल्या सर्पाच्या मुखाने जिब्राननने अशा मानवाचे मनोगत वदविले आहे. उलट बाजूची कैफियत चंडोल देत आहे. आपल्या संचारशक्तीची अद्भुत आणि रसभरित वर्णने तो करू शकत नाही; पण तो सर्पाला एकच गोष्ट सारखी सांगत असतो– 'तुला उडता येत नाही, याबद्दल मला वाईट वाटतं. तुला गाता येत नाही, याचं मला दुःख होतं.'

आजचे जग लक्ष्मीच्या पायांतल्या पैंजणांच्या तालावर नाचत आहे. शस्त्रास्त्रांचे खणखणाट, तोफांचे गडगडाट आणि अणुबाँबचे स्फोट हे मानवाच्या जीवनगीताचे आज पार्श्वसंगीत झाले आहे; पण अशा प्रतिकूल स्थितीतही त्याने एका गोष्टीचा स्वतःला विसर पडू दिला नाही, तर अजूनही मानवजातीचा भविष्यकाल मंगल होण्याचा संभव आहे. ती गोष्ट म्हणजे, मनुष्याच्या हृदयाला गाता आले पाहिजे, मानवाच्या आत्म्याला उडता आले पाहिजे!

१७

पुतळा

शेतात खणता-खणता एका शेतकऱ्याला एक मोठा मोहक पुतळा सापडला. अशा सुंदर सुंदर वस्तूंचा हौसेने संग्रह करणाऱ्या शहरातल्या एका धनिकाकडे पुतळा घेऊन तो गेला. त्या गृहस्थाने खूप मोठी किंमत देऊन तो विकत घेतला.

सौदा झाल्यावर दोघांनी हसतमुखाने एकमेकांचा निरोप घेतला.

पुतळ्याचे पैसे घेऊन मोठ्या आनंदाने घरी जाताना तो शेतकरी स्वतःशीच म्हणत होता,

'पैसा हाच माणसाचा खरा प्राण आहे. त्याच्यावाचून माणसाचं क्षणभर सुद्धा चालत नाही. असं असून पृथ्वीच्या पोटात हजार वर्षे पडून राहिलेल्या आणि स्वप्नात सुद्धा न पाहिलेल्या एका निर्जीव कोरीव दगडाकरिता मला इतके पैसे देणारा हा मनुष्य वेडा तर नसेल ना?'

पुतळा विकत घेणारा तो रसिक धनिक याच वेळी मोठ्या प्रेमाने त्या पुतळ्याकडे पाहत स्वतःशीच म्हणत होता,

'किती सुंदर प्रतिमा आहे ही! जणू काही एखाद्या अलौकिक महात्म्याचं स्वप्नच! पृथ्वीच्या पोटात हजार वर्षं शांत निद्रा घेत राहिल्यामुळे या पुतळ्याच्या मुद्रेवर मूर्तिमंत उल्हास नाचत आहे. रूक्ष निर्जीव पैशांच्या मोबदल्यात असली अपूर्व सुंदर वस्तू मला देऊन टाकणारा तो मनुष्य वेडा तर नसेल ना?'

◆

एकच पुतळा! पण त्याच्याकडे पाहण्याची गरीब शेतकऱ्याची दृष्टी आणि श्रीमंत रसिकाची दृष्टी यांत केवढे अंतर आहे. स्वतःच्या शेतात सापडलेल्या पुतळ्याचे सौंदर्य शेतकऱ्याला कळू शकत नाही, हे खरे आहे; पण त्याला ते कळावे तरी कसे? सूर्य उगवल्यापासून मावळेपर्यंत कष्ट करणाराने आकाशातले मोहक रंग, पृथ्वीवरली

सुंदर फुले किंवा अशाच प्रकारच्या इतर रम्य गोष्टी पहाव्या तरी केव्हा? पोटापाठीमागे धावणाराला सभोवताली पसरलेल्या सौंदर्याकडे लक्ष द्यायला सवड कुठून मिळणार? आणि त्याला त्या सौंदर्याचे अस्तित्व जाणवले, तरी त्याचा आस्वाद घ्यायला लागणारी रसिकता त्याच्यामध्ये कशी विकसित होणार? या गोष्टीतल्या शेतकऱ्याचा अरसिकपणा समाज त्याला जे दीन, दरिद्री आणि अज्ञानी, अगदी जनावराप्रमाणे कष्टमय आणि लाजिरवाणे असे जिणे जगायला लावतो, त्यातूनच निर्माण झाला आहे.

पुतळा विकत घेणारा श्रीमंत या अरसिक शेतकऱ्याला हसतो; पण त्याचे ते हसणे बरोबर आहे, असे कोण म्हणू शकेल? वाडवडिलांनी मिळवून ठेवलेल्या गडगंज संपत्तीमुळे ज्यांना काडीचेही कष्ट करावे लागत नाहीत आणि उद्याचीच काय, पण पुढच्या पिढीची सुद्धा काळजी ज्यांना कधी क्षणभर बेचैन करीत नाही, अशा जीवांना सौंदर्याभोवती गुंजारव करीत राहून, त्याचा रस चाखण्याचे काम साधले, तर त्यात नवल कसले?

ज्ञान काय, रसिकता काय किंवा संस्कृती काय, या साऱ्या गोष्टी बहुधा सुखवस्तू वातावरणातच फुलतात. पुतळा विकत घेणारा हा श्रीमंत एखाद्या शेतकऱ्याच्या पोटी जन्माला आला असता, तर त्या मूर्तीचे सौंदर्य त्याला कधी कळले नसते; आणि प्रसंगी ते कळूनही पोटासाठी तो पुतळा विकायची पाळी त्याच्यावर आलीच असती!

आजचे जग हे विषम आहे. त्यातले मानवी जीवन अत्यंत अपूर्ण आहे. जीवन म्हणजे नुसते कष्ट नव्हेत किंवा नुसती कलाही नव्हे. कष्ट आणि कला यांचा सुंदर संगम जगातल्या सामान्य मनुष्याच्या आयुष्यात होईल, तेव्हाच त्याच्या जीवनाला पूर्णत्व प्राप्त होईल.

◆

१८

शेवटचा प्रहर

मध्यरात्र नुकतीच उलटून गेली होती. पहाटेचा पहिला उच्छ्वास वायुलहरींवरून तरंगत आला.

नव्या जगाचा तो अग्रदूत आपल्या शयनगृहातून बाहेर पडला. अद्यापि कुणीही न ऐकलेल्या आवाजाचे आपण प्रतिध्वनी आहो, अशी त्याची श्रद्धा होती. तो आपल्या घराच्या छपरावर जाऊन उभा राहिला.

किती तरी वेळ तो खाली दूरवर पसरलेल्या निद्रित नगराकडे पाहत उभा होता.

मग त्याने आपले मस्तक वर केले आणि जणू काही त्या शहरातल्या सर्व झोपलेल्या माणसांचे निद्राशून्य आत्मे आपल्याभोवती गोळा झाले आहेत, या भावनेने त्याने आपले ओठ उघडले.

तो बोलू लागला,

'माझ्या मित्रांनो, माझ्या शेजाऱ्यापाजाऱ्यांनो आणि माझ्या दारावरून दररोज येणाऱ्या-जाणाऱ्या नागरिकांनो, तुम्ही झोपला असतानाच मी तुमच्याशी गुजगोष्टी करणार आहे. तुमच्या स्वप्नांच्या दरीत मी विवस्त्र होऊन स्वच्छंद संचार करणार आहे. तुमच्याशी हितगुज करायला हीच वेळ योग्य आहे, असे मला वाटते. जागेपणी आतापेक्षा अनंत पटींनी तुम्ही निद्रित असता. अर्थशून्य कोलाहलाने भरून गेलेले तुमचे कान दिवसा बधिर झालेले असतात.

मी दीर्घ काळ तुमच्यावर प्रेम करीत आलो. माझ्या तुमच्यावरल्या या प्रेमाला कोणतीही मर्यादा माहीत नाही.

'तुमच्यापैकी प्रत्येकावर प्रेम करताना तो तुम्हां सर्वांचा प्रतिनिधी आहे, असे मला वाटते; आणि तुम्हां सर्वांवर प्रेम करताना जणू काही आपण एका व्यक्तीवरच प्रेम करीत आहो, असा मला भास होतो. माझ्या हृदयात वसंत ऋतू फुलला, तेव्हा मी तुमच्या उद्यानात गात राहिलो. माझ्या अंतःकरणातल्या उन्हाळ्यात मी

तुमच्या मळणीच्या खळ्यांकडे मोठ्या उत्कंठेने पाहत बसलो.

'सुहृदांनो, मी तुम्हां सर्वांवर अगदी मनापासून प्रेम केलेले आहे. तुमच्यांतल्या राक्षसासारख्या धिप्पाड मनुष्यावर आणि दुर्बळ बुटक्यावर, तुमच्यांतल्या अंधारात चाचपडत चालणारावर आणि पर्वतपठारावर सूर्यप्रकाशात नृत्य करणारावर तुम्हां सर्वांवर माझे सारखेच प्रेम आहे.

'तुमच्यांतल्या दणकटांच्या लोखंडी नालांच्या खुणा माझ्या मांसात स्पष्ट उमटलेल्या दिसत असूनही, मी तुमच्यावर प्रेम केले आहे. तुमच्यांतल्या दुबळ्यांनी माझ्या श्रद्धेचा सारा आधार उद्ध्वस्त केला असला, माझ्या सहनशीलतेचा अगदी अंत पाहिला असला, तरी त्यांच्यावरही मी प्रेम करीत आलो आहे.

'हे श्रीमंतांनो! तुमच्या मधाचा कडवटपणा माझ्या जिभेला जाणवत असूनही, मी तुम्हांला कधी दूर लोटले नाही. हे दरिद्री बांधवांनो! तुमच्यापुढे रिक्त हस्ताने उभे राहताना माझे मन लज्जेने भरून जात असले, तरी मी तुमच्याकडे क्षणभरही पाठ फिरविली नाही. हातात उसनी वीणा घेऊन तिच्यावर आंधळेपणाने बोटे फिरणाऱ्या कवींनो, आत्मलालनापलीकडे तुम्ही पाऊल टाकू शकत नाही, हे कळत असूनही, मी जसे तुमच्यावर प्रेम करीत आलो आहे, तसेच कुंभारांच्या जमिनीत कुजकी प्रेतवस्त्रे गोळा करीत बसणाऱ्या या पंडितांवरही मी प्रेम केले आहे.

'मूक भूतकालाच्या सान्निध्यात माझ्या भविष्याची साशंकतेने चर्चा करत बसणारा धर्मोपदेशक आणि आपल्या स्वतःच्या इच्छांच्या प्रतिमा असलेल्या मूर्तीची पूजा करीत असणारे भक्त या दोघांवरही मी प्रेम करीत आलो आहे.

'हातातला सुखाचा प्याला सदैव परिपूर्ण असूनही, तृषित राहणाऱ्या हे रमणी, तुझे अंतरंग जाणून घेऊन, मी तुझ्यावर प्रेम केले आहे आणि रात्रीच्या रात्री दुःखात घालवाव्या लागणाऱ्या हे दुर्दैवी स्त्रिये, तुझ्या जीवनातल्या करुणेने आर्द्र होऊन मी तुझ्यावरही प्रेम केले आहे.

'बडबड्या मनुष्याला आपला म्हणताना मी स्वतःशीच उद्गारतो, 'जीवनात सांगण्यासारखं पुष्कळच असते.' मुक्या माणसाला हृदयात स्थान देताना मी आपल्याशीच गुणगुणतो, 'जे शब्दरूपानं प्रगट होऊन आपल्याला ऐकायला मिळावं, म्हणून मी उत्सुक आहे, ते हा मनुष्य मौनाच्या द्वारानंच व्यक्त करीत आहे, नाही का?'

'तुमच्यांतले न्यायाधीश आणि टीकाकार यांच्यावरही मी प्रेम करीत आलो

आहे. मात्र मला वधस्तंभावर लटकावलेला पाहून, हे लोक नेहमी एवढेच उद्‌गार काढीत आले आहेत, 'याचं रक्त मोठ्या तालबद्ध रीतीनं जमिनीवर ठिबकत आहे. याच्या पांढऱ्या शुभ्र कातडीवर तांबड्या रक्तानं रेखली जाणारी आकृती मोठी रमणीय दिसत आहे.'

'मी तुम्हां सर्वांवर– तरुणांवर आणि वृद्धांवर, लहानशा झुळकेनं थरथर कापणाऱ्या वेलींवर आणि वादळातही निश्चल असणाऱ्या विशाल वृक्षावर– सदैव प्रेम करीत आलो आहे.

'पण माझ्या या अमर्याद प्रेमामुळेच तुम्ही माझ्याकडे पाठ फिरवावी, ही किती दुःखाची गोष्ट आहे! चिमुकल्या प्याल्यात भरून दिलेली प्रीती तुम्हांला आवडते; पण जिच्यावर लाटा उसळत आहेत, अशा नदीच्या पात्रातून तिचा आस्वाद घेण्याची तुमची तयारी नाही. तुम्हांला प्रीतिची अस्फुट गुणगुण गोड वाटते; पण तीच उच्च स्वराने हाका मारू लागली, की तुम्ही आपले कान झाकून घेता.

'मी तुम्हां सर्वांवर सदैव प्रेम करीत आलो असल्यामुळे तुम्ही माझ्याविषयी म्हणत आला आहात, 'याचं अंतःकरण फार मृदू, अगदी दुर्बळ आहे. याला सारासार विचारशक्तीच नाही. हा जीवनमार्गावरला अंध प्रवासी आहे. राजाच्या पंक्तीला बसूनही पक्वान्नांचे तुकडे गोळा करीत सुटणाऱ्या दरिद्री माणसासारखी याची प्रीती आहे. हे दुर्बळाचं प्रेम आहे. कारण सबळ माणसं फक्त प्रबळांचीच पूजा करीत असतात.'

तुम्हां सर्वांवरच मी अमर्याद प्रेम करीत आलो असल्यामुळे तुम्ही माझ्याविषयी नेहमी म्हणत आला आहा, 'ज्याला एकाचं सौंदर्य आणि दुसऱ्याचा कुरूपपणा यांतलं अंतर जाणता येत नाही, अशा आंधळ्या माणसाचं हे प्रेम आहे. ज्याच्या जिभेची चव मेलेली आहे, अशा मनुष्यानं कुठलंही आंबट, कडवट, पेय मद्य म्हणून प्यावं ना, तशी याची प्रेमाची कल्पना आहे. उदारपणाचा आव आणणाऱ्या याच्या हृदयात उद्धटपणा आहे, चढेलपणा आहे. अहंमन्यता आहे. नाही तर 'तुमचे आई-बाप आणि बहीण-भाऊ यांच्याइतकंच मी तुमच्यावर प्रेम करतो', असे उद्‌गार काढण्याचं धार्ष्ट्य याच्यासारख्या परक्या मनुष्याला कधी तरी झालं असतं काय?'

एवढीच नव्हे, तर अशी आणखी पुष्कळ टीका तुम्ही माझ्यावर करीत आला आहात. अनेकदा बाजारपेठेत माझ्याकडे बोटे दाखवून उपहासाने तुम्ही उद्‌गार काढले आहेत, 'पाहा, तो वेडा पाहा! एवढा घोडा वाढलाय्– इतके पावसाळे पाहिले आहेत; पण अजून बेट्याचा पोरकटपणा जात नाही. दुपारी तो आमच्या

मुलांबाळांबरोबर लहानापेक्षा लहान होऊन नाना प्रकारचे खेळ खेळत बसतो आणि संध्याकाळ झाली, म्हणजे प्रौढांच्या बैठकीत बसून शहाणपणाचा आणि समंजसपणाचा आव आणतो.'

'हे सारे वारंवार ऐकून मी मनाशी म्हणालो,

'असल्या टीकेनं मी माझं प्रेम कधीच कमी होऊ देणार नाही. उलट, पूर्वीपेक्षा यांच्यावर मी अधिक प्रेम करीन; पण यांचं प्रेम संपादन करण्याकरिता मला एक गोष्ट केली पाहिजे. माझी प्रीती द्वेषासारखी दिसेल, माझा गोडवा कडूपणाच्या आड लपेल, असं मी वागायला हवं. लोखंडी मुखवटा चढवून, अंगात चिलखत घालून आणि हातात शस्त्रं घेऊन मी यापुढे त्यांच्या भेटीला जात जाईन.'

'मग मी तुमच्या जखमांवर जोरजोराने प्रहार केले. काळोख्या रात्रीच्या घनघोर वादळाप्रमाणे मी तुमच्या कानांपाशी गर्जना करू लागलो. घराच्या छपरावर उभा राहून सर्वांना ऐकू जाईल, अशा उच्चस्वरात मी तुमची निंदा करायला सुरुवात केली. मी म्हणालो, 'हे सारे लोक ढोंगी आहेत. हे लुच्चे आहेत, लबाड आहेत, नास्तिक आहेत. या पृथ्वीवरले पोकळ बुडबुडे आहेत हे!'

'तुमच्यापैकी जे संकुचित दृष्टीचे आहेत, त्यांची मी आंधळ्या वटवाघळाशी तुलना केली. जे व्यवहारात मग्न आहेत, त्यांना चिचुंद्र्या म्हणून मी हिणवले.

'तुमच्यापैकी जे बोलके आहेत, त्यांची दोन जिभा असलेले लोक अशी मी संभावना केली. जे अबोल आहेत, त्यांचे ओठ पाषाणाचे आहेत, असे म्हटले. जे साधेभोळे आहेत, त्यांना मरणाचा कंटाळा न येणारे मृत आत्मे, असे मी संबोधू लागलो.

'ऐहिक ज्ञानाच्या मागे लागलेल्यांची परमात्म्याचे विरोधक म्हणून मी निंदा केली. त्यांना परमार्थाशिवाय दुसऱ्या कशाचीही पर्वा नव्हती, ते उथळ पाण्यात जाळी टाकून आपलीच प्रतिबिंबे पकडत आहेत, ते सावल्यांची पारध करीत आहेत, असे मी सांगत सुटलो.

'अशा रीतीने माझे ओठ क्षणोक्षणी तुमचा धिक्कार करीत होते; पण आतल्या आत रक्तबंबाळ झालेले माझे हृदय तुम्हांला मोठ्या स्नेहपूर्ण स्वराने साद घालीत होते.

'स्वतःकडून चाबकाचे फटकारे खाल्लेली माझी प्रीती हे सारे बोलत होती. अर्धामुर्धा ठार झालेला आणि धुळीमध्ये फडफड करीत पडलेला माझा अहंकार हे उद्‌गार काढीत होता. तुमच्या प्रेमाची माझी भूक अतृप्त होती. ती सर्वांना ऐकू जाईल, अशा रीतीने घराच्या छपरावरून हे अकांडतांडव करीत होती; पण

त्याचवेळी माझी तुमच्याविषयीची प्रीती हृदयाच्या एकांतात गुडघे टेकून तुमची क्षमा मागत होती.

'अशा स्थितीत एक मोठा चमत्कार घडून आला.

'माझ्या या सोंगानेच तुमचे डोळे उघडले. खऱ्याखुऱ्या प्रीतीऐवजी द्वेषाच्या या नाटकाने तुमची अंतःकरणे जागृत केली.

'आता तुम्ही माझ्यावर प्रेम करू लागला आहात. तुमच्यावर प्रहार करणाऱ्या तरवारीला तुम्ही आलिंगन देत आहात. तुमच्या छातीत घुसू पाहणाऱ्या बाणाला तुम्ही जवळ करीत आहात. जखमी होण्यानेच तुम्हांला समाधान लाभते. स्वतःचे रक्त प्राशन केल्यावरच प्रेम करायला आवश्यक असलेला उन्माद तुम्हांला लाभू शकतो.

'दीपज्योतीवर झडप घालून जळून जाणाऱ्या पतंगाप्रमाणे तुम्ही दररोज माझ्या बागेत गोळा होता. तुमचा जीवनपट मी फाडून टाकीत असताना तुम्ही माझ्याकडे आदराने पाहता. तुम्ही आपसांत कुजबुजता, 'ईश्वराची दिव्यदृष्टी याला लाभली आहे. प्राचीन काळच्या द्रष्ट्याप्रमाणे याचा प्रत्येक शब्द याच्या अंतःकरणाचा ठाव घेतो. हा आमच्या आत्म्यावरले मोहाचे पडदे दूर करण्याकरिता अवतरला आहे. कड्याकुलपं घातलेली आमची हृदयं तो भराभर उघडीत आहे. कोल्ह्याचे सर्व मार्ग ठाऊक असलेल्या गरुडाप्रमाणं आमची सर्व वैगुण्ये तो सहज जाणू शकतो.'

'मित्रांनो! तुमचे सर्व जीवनमार्ग मला परिचित आहेत, हे खरे; पण मी तुमच्याकडे पाहतो, ते कोल्ह्याकडे पाहणाऱ्या गरुडाच्या नजरेने नव्हे, तर पंख फुटलेल्या आपल्या पिलांकडे पाहणाऱ्या गरुडाच्या दृष्टीने.

'माझे हे रहस्य तुमच्यापाशी मी मोठ्या आनंदाने प्रगट करीन; पण तुम्ही माझ्याजवळ असावे, या तीव्र इच्छेमुळेच मी तुमच्यापासून दूर असल्याचे नाटक करीत आहे. तुमच्या प्रीतीला ओहोटी लागेल, या भीतीने माझ्या प्रीतीची भरती मी थोपवून धरीत आहे.'

एवढे बोलून त्याने आपला चेहरा दोन्ही हातांनी झाकून घेतला आणि तो ओक्साबोक्शी रडू लागला. हृदय उघडे केल्यामुळे अपमानित झालेली प्रीती द्वेषाचे सोंग घेऊन विजय मिळविणाऱ्या प्रीतीपेक्षा श्रेष्ठ असते, हे काही केल्या तो विसरू शकत नव्हता. त्याचे मन लज्जेने भरून गेले.

मग एकदम त्याने आपले मस्तक वर उचलले आणि झोपेतून एकाएकी जाग्या होणाऱ्या मनुष्याप्रमाणे आपले दोन्ही बाहू पसरून तो उद्गारला,

'सुहृदांनो, आता रात्र संपत आली आहे. प्रभातकाळ पर्वतांच्या शिखरांवरून

नृत्य करीत येत आहे. आम्हां रात्रीच्या लेकरांचे अवतारकृत्य आता संपले. मृत्यू हाच आता आमचा मित्र! आमच्या राखेतूनच अधिक उच्च, अधिक उत्कट आणि अधिक प्रभावी अशी प्रीती जन्माला येईल. ती सूर्यप्रकाशात हसत राहील. तीच खरी अमर प्रीती होईल.'

◆